አመራር

A to Z

በዶ/ር ኢዮብ ማሞ

አመራር A to Z

2003

Leadership A to Z

2011

ይህንን መጽሐፍ ሙሉ በሙሉም ሆነ በከፊል
ያለ ደራሲው ፈቃድ ማባዛት በሕግ የተከለከለ ነው።

Copyright 2011, by Dr. Eyob Mamo
All right reserved.
Reproduction of text in whole or in part
without the written consent by the author
is unlawful.

www.eyobmamo.com

Email:- info@eyobmamo.com

Dr. Eyob Mamo
Box 5824
Addis Ababa
Ethiopia

ምስጋና

ይህንን መጽሐፍ ለመጻፍ ድጋፍና የቤተሰብን ጊዜ ላካፈሉኝ ለውድ ባለቤቴ ለአዲያም ሰሎሞን፣ ለሁለቱ ልጆቼ ለልያ ኢዮብ እና ለናይኤል ኢዮብ . . .

በሃሳብና በምክር ለደገፈኝ ለኦሃድ ቤንአሚን . . .

የጽሁፉን ዋና ሃሳብና ፊደላት በመልቀም ደረጃ ለደገፉኝ ለሄለን ዓለሙ፣ ለመቅድም ጀምበሬ፣ ለግሩም ታሪኩ እና ለየውልሰው መንግስቱ . . .

የመጽሐፉን ሌይአውት ከአርት ስራ ጋር በማቀናበር ለደገፉኝ ለአቤል ተሾመና ለአሉላ ዮሐንስ . . . የከበረ ምስጋና አቀርባለሁ።

ይህንን መጽሐፍ በኢትዮጵያ ውስጥ ከቤተሰብ መሪነት ጀምሮ እስከ አገር መሪነት ለተሰማሩ ራሳቸውን ለእውነተኛ አመራር ለሰጡ ወገኖቼ በፍቅርና በአክብሮት አበረክታለሁ።

==

በዶክተር ኢዮብ ማሞ የተጻፉ መነበብ ያለባቸው መጻሕፍት:-

- 25 የስኬት ቁልፎች
- የጊዜ አጠቃቀም ጥበብ
- የስሜት ብልህነት
- እይታ

መጻሕፍቶቹ በማንኛውም የመጻሕፍት መደብሮች ይገኛሉና ገዝተው ይጠቀሙ!

ክፍል አንድ
የአማራር መሰረታዊ እውነታዎች

ክፍል ሁለት
የመሪው የግል ዲሲፕሊን

ክፍል ሶስት
የመሪው ራእይ

ክፍል አራት
በአመራር ብቃት መብሰል

ክፍል አምስት
የማስልጠንና የማስታጠቅ ጥበብ

ክፍል ስድስት
የመሪው የግል ሕይወት

መግቢያ

"የሁሉን ነገር መውደቅም ሆነ መነሳት የሚወስነው አመራር ነው"
- John Maxwell

አመራር! የአለምን ታሪክና አቅጣጫ ለመለወጥ ጉልበት ካላቸው ጥቂት ነገሮች መካከል አንዱና ዋነኛው ነገር ነው፡፡ አመራር ወይም መሪነት የሚለው ሃሳብ በብዙ አዋቂዎች የተለያዩ ትርጓሜዎች የተሰጠውና ብዙ የተጻፈለት ርእስ ነው፡፡ ሁላችንም ቢሆን በሕይወት ዘመናችን፣ በመገናኛ ብዙሃንም ሆነ በተለያዩ ሁኔታዎች ብዙ ያበላሹና ለብዙዎች ሰዎች የህይወት መዛባት የዋሉ መሪዎችን ሁኔታ አንብበናል፣ ሰምተናል፣ እንዲሁም አይተናል፡፡ በአንጻሩ ደግሞ ለብዙ ስኬትና እድገት የዋሉና ሕዝብ የተጠቀመባቸው መሪዎች ነበሩ፣ አሁንም አሉ፡፡

የአመራርን ጉዳይ አንስቶ መወያየትም ሆነ ስለ አመራር ማጥናት እጅግ አስፈላጊ ነገር ነው፡፡ ሰዎች በአንድ ማህበራዊ ክልል ውስጥ እየኖሩና ከአንድ ዓላማ ጀርባ ተሰልፈው እንኳ የአመለካከታቸው ልዩነት እጅግ እየሰፋ የሄደበት ዓለም ውስጥ ስላለን አመራርን መኖር አስፈላጊነት ያጎላዋል፡፡ ዓለም አሁን ባለችበት ሁኔታ ከጠንካራና ከበሰለ መሪ አመራር ውጪ የትም ልትሄድ አትችልም፡፡ ስለዚህ፣ ሊመለስ የሚገባው ዋነኛ ጥያቄ፣ "አመራር ያስፈልጋል ወይ?" ሳይሆን "በአመራር እንዴት መብሰል ይቻላል?" የሚለው ነው፡፡

መሪዎች ከራሳቸው የበለጠን ነገር ለማከናወንና ሌሎችን መርቶ ከግብ ለማድረስ የሚነሱ ሰዎች ናቸው፡፡ ይህም ሁኔታ ደግሞ ታላቅ የሆነን ብስለትን ይጠይቃል፡፡ ስለሆነም፣ በማንኛውም ለመምራት በተሰማራንበት ሕብረተሰብም ሆነ ተቋም ውስጥ ስኬታማ ለመሆን አመራር ብቃታችንንም ሆነ እውቀታችንን ማጎልበት የግድ ነው፡፡ ለዚህም ነው እንዲህ ያለ መጽሐፍ የሚስፈልገን፡፡

የዚህ መጽሐፍ ዋና ዓላማም ይህ ነው፡፡ አንባቢው ባለው የመሪነት ባለ አደራነት የላቀ ስኬት ውስጥ እንዲገባ መሰረታዊ መመሪያዎችን ከዚህ መጽሐፍ ያገኛል ብዬ አምናለሁ፡፡ ይህ እንዲሆን ግን ከአንባቢዩ የሚከተሉት ቅድመ-ሁኔታዎች ይፈለጋሉ፡-

1. መሪ እንደሆንን ማመን፡- የተጽእኖአችን ስፋት ይለያይ እንጂ በዚህ ምድር ላይ የሚኖር ሰው ሁሉ በሌሎች ሰዎች እንደመሪ መታየቱ የማይቀር ነው፡፡ ታላቅ ለታናሹ፣ አባት ለልጁ፣ አስተማሪ ለተማሪው፣ በእድሜ የገፉ ለአፍላዎች . . . እያለ የአመራሩ ሃላፊነት ይቀጥላል፡፡ ይህንን እውነታ ስናስብ በአመራር መብሰልን የግድ ያደርገዋል፡፡

2. የተማሪነት ልቦና፡- መማር ያቆመ ሰው ማደግ ያቆመ ሰው ነው፤ ማደግ ያቆመ ሰው ደግሞ መኖር ያቆመ ሰው ነው፡፡ ይህ እንዳይሆን የተማሪነትን መንፈስ መያዝና ካለማቋረጥ አዳዲስ እይታዎችን ለማዳበር መጣጣር አስፈላጊ ነው፡፡

3. በአመራር ለማደግ ጽኑ ፍላጎት፡- በአመራር ብቃቱ የበሰለ ሰው የሕይወትን ብዙ ተግዳሮቶች ለማለፍ የሚበቃ ሰው ነው፡፡ የአመራር ብቃት ራስን ከመምራት ጀምሮ ለሌሎች አርአያ ወደ መሆን እንዲዘልቅ የፍላጎት መነሳሳት ወሳኝ ነው፡፡

መልካም የንባብ ጊዜ!

ክፍል አንድ
የአመራር መሰረታዊ እውነታዎች

የዚህ ክፍል ዋና ዓላማ አመራርን አስመልክቶ መሰረታዊ
እውነታዎችን ለአንባቢው ማስጨበጥ ነው፡፡
በዚህ ክፍል ውስጥ የምንመለከታቸው ስድስት ምእራፎች
የሚከተሉት ናቸው፡-

1

የአመራር ትርጓሜና አስፈላጊነት

*“መሪ ሰዎች መሄድ ወደሚፈልጉበት ቦታ ይወስዳቸዋል፡፡
ታላቅ መሪ ግን ሰዎች መሄድ ባይፈልጉም ለጥቅማቸው መሄድ ወደሚገባቸው ቦታ
ይወስዳቸዋል”* - Rosalynn Carter

2

የአመራር ብቃት - የተፈጥሮ ስጦታ ወይስ ሂደት?

*“መሪዎች በሂደት ወደ መሆን ይመጣሉ እንጂ መሪ ሆነው አይወለዱም፡፡
እንደማንኛውም ነገር በብርቱ ስራና ጥረት
ወደ መሆን ይመጣሉ”* - Vince Lombardi

3

የስልጣን መሰላሎችና የስልጣን አጠቃቀም

“ድሮ ድሮ አመራር ማለት ጡንቻን ማሳየት ነበር፤ አሁን አሁን ግን ከሰዎች ጋር
አብሮ የመኖር ጥበብ ወደ መሆን መጥቷል”
- Mohandas Gandhi

4
የአመራር ስልቶች

"ተከታዮች ከመሪዎቻቸው ሶስት መሰረታዊ ጥራቶችን ይፈልጋሉ፦-
አመራርን፣ ታማኝነትንና ተስፋን" - Warren Bennus

5
የአመራርና የማኔጅመንት ግንኙነትና ልዩነት

"ማኔጅመንት ማለት ነገሮችን በትክክለኛው መንገድ ማድረግ ነው፤
አመራር ማለት ትክክለኛውን ነገር ማድረግ ነው" - Peter Drucker

6
የአመራር አፈ-ታሪኮች

"ብዙውን ጊዜ የእውነት ትልቁ ጠላት ውሸት አይደለም -
ሆን ተብሎና ካለማቋረጥ የሚነገር፣ ላይ ላዩን የሆነ፣ አሳማኝና
ከእውነት የራቀ አፈ-ታሪክ ነው" - John F. Kenedy

የአመራር ትርጓሜና አስፈላጊነት

1

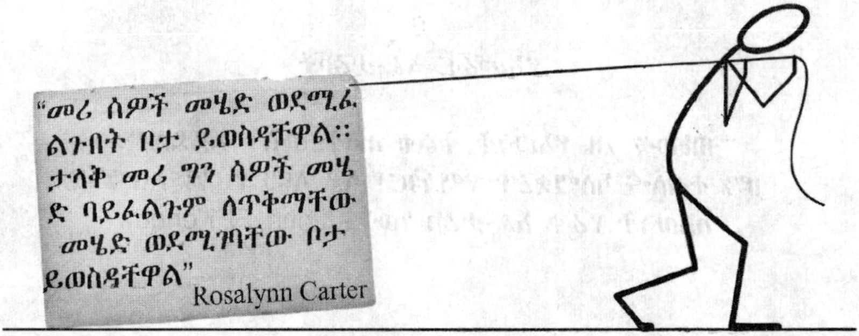

"መሪ ሰዎች መሄድ ወደሚፈ
ልጉበት ቦታ ይወስዳቸዋል።
ታላቅ መሪ ግን ሰዎች መሄ
ድ ባይፈልጉም ለጥቅማቸው
መሄድ ወደሚገባቸው ቦታ
ይወስዳቸዋል"
Rosalynn Carter

አመራርን አስመልክቶ ብዙ አዋቂዎች የተለያየ ትርጓሜ ማበርከታቸው እሙን ነው። የአንዳንዶቹ ትርጓሜዎች በመሪው ችሎታ ላይ ሲያተኩር፣ የሌሎቹ ደግሞ በተግባሩና በሂደቱ ላይ የማተኮር ዝንባሌ አላቸው። ከዚህም አልፎ በተከታዮች ላይ ያነጣጠረ ትርጓሜም የሚሰጡት አሉ። የአመራር ትርጓሜ ሙሉ እንዲሆን ካስፈለገ ግን መሪውን፣ ተከታዮችን፣ ተግባሩን፣ ሂደቱንና ግቡን ያቀፈ ሊሆን ይገባዋል።

አመራር መንግስታዊ የሆኑና ያልሆኑ ድርጅቶችን፣ የትምህርት ተቋሞችን፣ ቤተሰብንና የመሳሰሉትን የተለያዩ ሕብረተሰባዊ ተቋሞችን ሁሉ የሚነካ ዘርፈ-ብዙ ጉዳይ ነው። እነዚህ ሁሉ ማህበራዊ ስብስቦች የቆሙላቸው ዓላማዎች ስላላቸው እነዚያን ዓላማዎች እውን ለማድረግ አመራር የግድ ነው። ለዚህ ነው "አመራር" የሚለውን ቃል ፍቺ በሚገባ ማጤን ያለብን።

የቃሉ አመጣጥ

በእንግሊዝኛው ኦክስፎርድ መዝገበ ቃላት ውስጥ መሪ (Leader) የሚለው ቃል እንደ ፈረንጆቹ አቆጣጠር በ1300 ዓ.ም እንደተጠቀሰና አመራር (Leadership) የሚለው ቃል ግን እስከ 19ኛው ክፍለ-ዘመን ድረስ በመዝገበ ቃላት ውስጥ እንዳልተጠቀሰ ይታመናል፡፡ መሪ ወይም አመራር የተሰኙት ቃላትና ሃሳቦች ከ19ኛው ክፍለ ዘመን ጀምሮ እስካለንበት ጊዜ ድረስ በተለያዩ መዝገበ ቃላትና መጻሕፍት የመጠቀሳቸው ሁኔታ እየጨመረና የብዙዎችን ትኩረት እየሳበ የመጣ እውነታ ነው፡፡

በሃገራችን ቋንቋ ስለ አመራር የጠለቀ ጥናት አናገኝም፡፡ ከሌሎች ቋንቋዎች ያልተተረጎሙና በሃገራችን ሰዎች የተጻፉ አገር-በቀል መጻሕፍት ማግኘት ቀላል አይደለም፡፡ በአማርኛ ቋንቋ ካገኘኒቸው ሁለት ብቸኛ መጻሕፍት መካከል አንዱ "መሪነት" (2000 ዓ.ም) የተሰኘው በኮሎኔል መርሻ ወዳጆ የተጻፈው ሲሆን፣ ሌላኛው ደግሞ "የአመራር ጥበብ" (2001) የተሰኘው በአቶ ጌታቸው በለጠ የተጻፈው ነው፡፡ እነዚህ መጻህፍት ለአንባቢ የሚጠቅሙ ብዙ ቁም ነገሮችን አዝለዋል፡፡

አገር በቀል ጥናቶችን በሰፊው ባናገኝም በሌሎች ቋንቋዎች የተደረጉ ጥናቶችን በመመልከት አንዳንድ መረጃዎችን እናገኛለን፡፡ ለምሳሌ፣ "መምራት" (በእንግሊዝኛው "to lead") የሚለው ቃል "ሌድን" ("leden") ወይም "ሎዳን" ("loadan") ከሚለው ጥንታዊ የእንግሊዝኛ ቃል የመጣ እንደሆነ ይታመናል፡፡ ትርጓሜውም፣ "ወደ ፊት ማስኬድ"፣ "ምሪት መስጠት"፣ "መንገዱን ማሳየት" ነው (Rost, 1991, P. 37-38)፡፡

የተለያዩ ትርጓሜዎች

ከመዝገበ ቃላት ትርጓሜ ባሻገር በአመራር ጥናትና ሞያ የበሰሉ ሰዎች ለአመራር የሰጡትን ትርጓሜዎች ሁሉ ለመዳሰስ በመቶ የሚቆጠሩ ሃሳቦችን ለማስፈር እንገደዳለን፡፡ ለጥናታችን መንደርደሪያ እንዲሆን ያህል የሚከተሉትን እንመልከት፡፡

"አመራር ማለት ሰዎችን ለአንድ የጋራ ዓላማ የማነሳሳት ብቃትና ፈቃደኝነት፤ እንዲሁም ድፍረትን የማነሳሳት ብቃት ነው" (British Field Marshal Bernard Montgomery)፡፡

"መሪ ማለት ሰዎች ማድረግ የማይፈልጉትን ነገር እንዲያደርጉትና ማድረጋቸውንም እንዲወዱት የማድረግ ብቃት ያለው ሰው ነው" (President Harry Truman)፡፡

"አመራር ማለት ተጽእኖ ማለት ነው" (John Maxwell)፡፡

"አመራር ማለት መከናወን አለበት ብለህ ያመንክበትን ነገር ሌሎች እንዲያደርጉት ማሳመንና ማንቀሳቀስ ማለት ነው" (Vance Packard)፡፡

"አመራር ማለት ግራ አጋቢ ሁኔታዎችን አያያዝ ማወቅ ማለት ነው" (Tom Peters)፡፡

"አመራር ማለት መሪውና ተከታዮቹ ወደተስማሙበት ግብ ሰዎችን ማንቀሳቀስ ማለት ነው" (Garry Wills)፡፡

ስለዚህም፣ በአጭሩ አመራር ማለት "ሰዎችን ወደ አንድ፣ መሪውም ሆነ ተከታዮቹ ሙሉ በሙሉ ወደ አመኑበት ግብ ስኬታማ በሆነ መልኩ ማንቀሳቀስና ማዝለቅ ማለት ነው" ብንል አንሳሳትም፡፡ አመራርን ከዚህ ትርጉም አንጻር ስናጤነው፣ ከመነሻው ነጥብ አንስቶ እስከመድረሻው ድረስ አንድ የጉዞ ሂደት እንዳለ እሙን ነው፡፡ የዚያ ሂደት ውጤታማነት ነው የመሪን ስኬታማነት የሚወስነው፡፡

አመራር የሚያካትታቸው እውነታዎች

አመራር የሚያካትታቸው እውነታዎች በርካታ ቢሆኑም በቀላሉ ሰብስበን ስናስቀምጣቸው የሚከተሉትን አራት ዋና ዋና ሃሳቦች አናገኛለን፡፡

1. ራዕይ - መሪውም ሆነ ተከታዮቹ በውስጣቸው ያዩት አንድ ሊያከናውኑት የሚፈልጉት ተግባር ወይም ሊደርሱበት የሚፈልጉት ግብ፡፡
2. መሪ - ራእዩን እውን ለማድረግ በተከታዮች ምርጫ ወይም ራእዩን በማምጣትና ፊር-ቀዳጅ በመሆን ራሱን ለመሪነት የሚሰጥ ሰው፡፡
3. ተከታዮች - ለታየው ራእይና ለታለመው ግብ ስኬታማነት በፈቃደኝነት መሪውን ለመከተልና ለመደገፍ ራሳቸውን ያቀረቡ ሰዎች፡፡
4. የአመራር ሂደት - ወደታየው ራእይ ተከታዮችን ለማድረስና ግብን ቁልፍ የሆኑ መርሆችን በመያዝ የሚደረግ ጉዞና ተግባር፡፡

እነዚህ ከላይ የዘረዘርናቸው ሁኔታዎች አመራርን ወደ መኖር የሚያመጡ ቅድመ-ሁኔታዎች ሲሆኑ፣ ከእነዚህ እውነታዎች እንዱ ከጎደለ አመራር የሚለው ሃሳብ መሰረት ይናጋል፡፡

የአመራር ብቃት የተፈጥሮ ስጦታ ወይስ ሂደት? 2

“መሪዎች በሂደት ወደ መሆን ይመጣሉ እንጂ መሪ ሆነው አይወለዱም። እንደማንኛውም ነገር በብርቱ ስራና ጥረት ወደ መሆን ይመጣሉ”
Vince Lombardi

አንድ ሰው በአመራሩ አስገራሚ የሆነን ስኬት ሲያዝመዘግብ “የአመራር ተሰጥኦ ያለው ሰው ነው” በመባል ይነገርለታል። ይህ አባባል የአመራር ብቃት ጉዳይ በሂደት የሚዳብር ሳይሆን በተፈጥሮ የሚመጣ እንደሆነ የመጠቆም ባህሪይ አለው። ከዚህ አመለካከት በመነሳት አንዳንዶች እንደሚያምኑትና እንደሚናገሩት አንድ ሰው ወደ አመራር ለመምጣት በተፈጥሮ መሪ ሆኖ ወይም የአመራርን ብቃት ተክኖ መወለድ አለበት። በእነዚህ ሰዎች አመለካከት አንድ ሰው ሲወለድ፣ ወይ መሪ ነው ወይም ደግሞ አይደለም ብለው ያምናሉ። ይህም አመለካከት ልዩ የተፈጥሮ ባህሪይ ጽንሰ-ሃሳብ (Trait Theory) በመባል ይታወቃል። በተቃራኒው በሌሎች አመለካከት አመራር የሂደት ጉዳይ ነው - ሰዎች በሂደት የሚማሩት፣ የሚለምዱትና የሚያዳብሩት።

አንዳንድ ሰዎች ሲወለዱ ጀምሮ የመሪነትን ዝናባሌ ይዘው

መወለዳቸውን ባንጠራጠርም፣ አንድ ሰው የአመራርን ዝንባሌ ይዞ ስለተወለደ ብቻ መሪ ይሆናል፣ በአንጻሩ ደግሞ ዝንባሌው ሳይኖረው ከተወለደ በፍጹም መሪ ሊሆን አይችልም ብሎ መደምደም አስቸጋሪ ነው።

አንዳንድ ሰዎች ሲወለዱ ጀምሮ ወደ ፊት መሪዎች እንደሚሆኑ ህብረተሰቡ ይጠብቃቸዋል። ለምሳሌ ከንጉሳዊ ቤተሰብ የተወለዱትን ለአቅመ-አዳም (ሄዋን) ሲደርሱ ንጉስ (ንግስት) ይሆናሉ ብሎ እንደማመን ማለት ነው። ነገር ግን በዚህ ሁኔታ ተወልደው ምንም አይነት የአመራር ማንነት የሌላቸው፣ ብቃቱንም ያላዳበሩና ከአመራር መስክ ራሳቸውን አግልለው ያለፉ ሰዎች እንዳሉ ታሪክ ይነግረናል።

ሌሎች ደግሞ በተሰማሩበት ህብረተሰብ ውስጥ በእንዴት አይነት ሁኔታ የአመራር መሰላሉን እንደሚወጡና ኃይልን እንደሚጨብጡ "በብልጠት" የተማሩና እዚያ ለመድረስም ምንም ነገር ከማድረግ የማይመለሱ አይነት ሰዎች ናቸው። ይህም ቢሆን ከእውነተኛ የመሪነት ሂደት የራቀ ማንነት ነው።

"ሰዎች መሪ ሆነው ነው የሚወለዱት ወይስ ከተወለዱ በኋላ ነው ወደ መሪነት የሚመጡት?" የሚለው ጥያቄ ለዘመናት የከረመ ጥያቄ ነው። ይህንን ጥያቄ ለመመለስ ብዙ አዋቂዎች የተለያዩ አቀራረቦችንና አመለካከቶችን ይዘው በመምጣት ብዙ ተወያይተውበታል፣ ተከራክረውበትማል።

ከላይ እንደተገለጠው በአንዳንድ ሰዎች አመለካከት የአመራር ዝንባሌ ያላቸው ሰዎች፣ ሲወለዱ ጀምሮ መሪዎች ሆነው ይከሰታሉ በማለት ነገራቸውን ይደመድማሉ። በእነዚህ ሰዎች አመለካከት፣ መሪ ሆነው ያልተወለዱ ሰዎች ምንም አይነት ትምህርት ሆነ ስልጠና ቢወስዱ በፍፁም ወደ መሪነት ሊያድጉ አይችሉም።

ሌሎች ደግሞ በተቃራኒው፣ የመሪነት ማንነትም ሆነ ዝንባሌ ከመወለድ ጋር በፍፁም አይገናኝም ብለው ያምናሉ። በእነዚህ ሰዎች አመለካከት ሁሉም ሰው በአንድ አይነት ሁኔታ ይወለድና ከዚያም አንዳንዱ ሰው ከሚያልፍበት የልምምድና የትምህርት ሁኔታ የተነሳ ወደ አመራር ማንነት ይመጣል። ሰዎች ከእናታቸው ማህፀን ምንም አይነት እገዛን የማይፈልጉና ሙሉ የሆነ የአመራርን ማንነትና ብቃት ይዘው የመወለዳቸውን ሃሳብ ልንጠራጠረው ይገባል። እንዲሁም በተቃራኒው ሰዎች በፍፁም የመሪነትን ዝንባሌ ይዘው ሊወለዱ አይችሉም ማለቱም ከእውነት እንድንርቅ ያደርገናል።

አንዳንድ ሰዎች በተፈጥሮአቸው የመሪነትን ዝንባሌ ይዘው መወለዳቸውን ልንክደው የማንችለው እውነት ነው። ነገር ግን እነዚህ ሰዎች ያንን ይዘው የተወለዱትን የተፈጥሮ ዝንባሌ ካላሳደጉት በውጤታቸው ከማንም ሰው አይለዩም። ውጤታማ መሪዎችን ለየት የሚያደርጋቸው ዋነኛ ባህሪይ

መማርና መሻሻል ሲሆን፣ ይህ ደግሞ ሂደትን የሚጠይቅ ጉዳይ ነው።

በመሪነት ዝንባሌ መወለድ - ሁለት አይነት ሰዎች

- በመሪነት ዝንባሌ የተወለደ፣ ዝንባሌውን ግን ያላሳደገ። ይህ አይነቱ ሰው በውስጡ ይዞ የተወለደውን የመሪነት ዝንባሌ እንዲያሳድግ ይመከራል።
- በመሪነት ዝንባሌ የተወለደ፣ ዝንባሌውንም ያሳደገ። ይህ አይነቱ ሰው ራሱን በማሻሻሉ እንዲገፋበት ይመከራል።

ከመሪነት ዝንባሌ ውጪ መወለድ - ሁለት አይነት ሰዎች

- ከመሪነት ዝንባሌ ውጪ የተወለደ፣ ዝንባሌውንም ያላሳደገ፡ ፡ ይህ ሰው ከአመራር ብቃት እጅግ የራቀ ሰው ነው። ያለችውን "ጠባብ" እድል ግን ተጠቅሞ ራሱን ለመሻሻል መስጠትና ማደግ ይችላል።
- ከመሪነት ዝንባሌ ውጪ የተወለደ፣ ከጊዜ በኋላ ግን የመሪነትን ዝንባሌ ያሳደገ። ይህ አይነቱ ሰው ራሱን ለማሻሻል ባለው ጥረት ወደ ብቃት በማደግ ላይ ያለ ሰው ነው።

እንግዲህ ከላይ እንደተመለከትነው፣ አንድ ሰው ሲወለድ የመሪነትን ዝንባሌ ይዞ መጣም አልመጣ በሂደት ወደ መሪነት ሙላት ሊደርስ እንደሚችል ማሰቡ አሳማኝ ነው። አመራር ከተፈጥሮ ባህሪይ ጋርና ከሂደት ጋር የመዛመዱን እውነታ ሚዛናዊ ለማድረግ የሚከተሉትን ነጥቦች እለግሳለሁ።

1. አመራር አልተሳካልንም ማለት ወደ መሪነት ማደግ አንችልም ማለት አይደለም።

አመራር ስላልተሳካልን ብቻ ለመሪነት "አለመፈጠራችንን" መወሰን ያለብን በስንተኛው እድሜያችን ላይ ነው? ብዙውን ጊዜ ብዙ ነገሮችን ሞክረንና ተጣጥረን አልሳካ ሲለን ነው በዚያ መልኩ የምንደመድመው። ችግሩ ግን ያለው በእጃችን ላይ ትክክለኛው የእውቀት መሳሪያና ስልጠና አለመኖሩ ላይ ነው። ስለዚህ፣ ተገቢውን ራስን የማሻሻል እርምጃ ብንወስድ መድረስ የማንችልበት ደረጃ እንደሌለን ማስታወስ ያስፈልጋል።

2. ብንወድም ባንወድም ከመሪነት ራሳችንን ማግለል እንደማንችል እንገንዘብ።

ቀደም ሲል እንደተጠቀሰው አባት ከሆንን ለልጆቻችን መሪዎች ነን፤ ታላቅ ከሆንን ለታናናሾቻችን መሪዎች ነን፤ በመስሪያ ቤታችን ምንም አይነት ኃላፊነት

ከተረከብን በዚያ ዘርፍ መሪዎች ነን። በአጭሩ ከሌሎች ሰዎች ቀደም ያልንባቸው ሁኔታዎች ካሉ እነዚያ ሰዎች ለምሳሌነት ወደ እኛ እንዲመለከቱ ይገደዳሉ።

3. የአመራርን ችሎታ የማይጠይቅ ምንም አይነት ተግባር በምድር ላይ እንደሌለ እናስታውስ።

ማንኛውም እንቅስቃሴ ከሌሎች ሰዎች እርዳታ ውጭ በተሳካለት ሁኔታ ሊከናወን አይችልም። አንድ መሪ ለእሱ የታየውን ነገር ለሌሎች በሚገባ ካላስተላለፈና ለሚመራቸው ሰዎች ተገቢውን ነገር አድርጎላቸው ወደ ተግባር ካላስተባበራቸው ውጤቱ አያምርም። ይህ ሁሉ በአመራር ውስጥ ይጠቃለላል። ቤተሰብን መምራት፣ በስራ ቦታ ከበታቻችን ያሉትን ሰዎች መምራትና በተለያዩ የሕብረተሰባዊ ግንኙነቶች ለመሪነት መብቃት ከማንኛውም ሰው የሚጠበቁ እውነታዎች ናቸው።

4. ወደሚቀጥለው የአመራር ደረጃ ለመድረስ ማድረግ የሚገባንን ነገር እናድርግ።

የአመራር ብቃታችንን ሊያሳድጉልን ከሚችሉ እውነቶች መካከል የሚከተሉት ይገኙበታል። ስለ አመራር የሚሰጡ ስልጠናዎችን በመከታተል መብሰል፣ የስኬታማ መሪዎችን አደራረግና የስኬት ምስጢር በማጥናት መማር፣ በሌሎች መሪዎች ስር በመሆን የአመራር ስልታቸውን በጥንቃቄ በማጤን ፈለጋቸውን መከተል፣ በአመራር ውጣ ውረድ ውስጥ ያለፉ ሰዎች ከልምምዳቸው ተነስተው የፃፏቸውን መፃሕፍት በማንበብ መብሰል። እነዚህንና የመሳሰሉትን መንገዶች መከታተል ታላቅ እድገትን ይሰጠናል።

5. በፍፁም ከመማር አናቋርጥ።

መማርን ያቆመ ሰው ማደግን ያቆመ ሰው ነው። ማደግን ያቆመ ሰው ደግሞ ቀስ በቀስ ወደ ኋላ የሚቀር ሰው ነው። ሕይወት ከሚሰጠው ትምህርት የመመረቅ ብቃት ያለው ሰው በምድር ላይ ተፈልጎ አይገኝም። አስተዋይ ሰው ባወቀ መጠን ምን ያህል እንደማያውቅ የሚገለጥለት ሰው ነው። ባለችው ትንሽ እውቀት አይመካም፣ ባገኘው ጥቂት ስኬትም አይኩራራም። ዘወትር የተማሪነት ዝንባሌውን እንደጠበቀ ስለሚኖር የእድገቱ ፍጥነትና ጥልቀት እጅግ አስገራሚ ነው።

የስልጣን መሰላሎችና የስልጣን አጠቃቀም 3

"ድሮ ድሮ አመራር ማለት ጡንቻን ማሳየት ነበር፤ አሁን አሁን ግን ከሰዎች ጋር አብሮ የመኖር ጥበብ ወደ መሆን መጥቷል"
Mohandas Gandhi

አመራር ከኃይልና ከስልጣን ጋር የተቆራኘ ጉዳይ ነው። አንድ በአመራር ቦታ ላይ ያለ ሰው በእጁ ላይ በመጠኑም ቢሆን ኃይልና ስልጣን አለው። በአንጻሩ፣ በእጁ ላይ ኃይልና ስልጣን ያለው ሰው ሁሉ "መሪ" ነው ቢባልም ሰዎች እንዲቀበሉትና እንዲከተሉት የሚያደርግን ተጽእኖ እስካላመጣ ድረስ እውነተኛ መሪ ነው ማለት ያስቸግራል። ሰዎች ወደ አመራር ደረጃና ከፍታ በተለያየ መልኩ ይወጣሉ። ይህ የአመራር ደረጃ በአንድ ቡድን ውስጥ የሚገኝን የስልጣን ተዋረድ ያመለክታል። ወደ አመራር ደረጃ ላይ የመውጫ መንገዶች በሁለት ይከፈላሉ፡-

ከቅድመ-ሁኔታ የመነጨ ደረጃ (Ascribed status)

ይህ የስልጣን ደረጃ የሚገኘው መሪው ካለው ቅድመ-ሁኔታ የተነሳ

ነው። ይህ ሁኔታ የቤተሰብን ብልጽግና፣ የሚስብ ገጽታን፣ የእድሜ ሁኔታንና የመሳሰሉትን ያጠቃልላል። ለምሳሌ፣ "ትልቅ"፣ ሃብታም፣ ዝነኛና የታወቀ ቤተሰብ ያላቸው ሰዎች ምንም እንኳ በግላቸው የአመራርና ተጽእኖ የማምጣት ብቃቱ ባይኖራቸውም ከከበባቸው "ዝና" የተነሳ የአመራርን ስፍራ ሲይዙ ይታያሉ።

ከጥረት የመነጨ ደረጃ (Attained status)

ይህ የስልጣን ደረጃ የሚመጣው መሪው በግሉ ካስመዘገባቸው ስኬቶች፣ በተግባር ካሳያቸው ትጋቶቹና ካለው ብቃት የተነሳ ነው። ለምሳሌ፣ "ከዝቅተኛ" የቤተሰብና የኑሮ ሁኔታ በመነሳት የማያቋርጥ ጥረት በማድረግ እውቀትንና ልምምድን በማዳበር ወደ አመራር ተጽእኖ የሚያድጉ ሰዎች ከዚህ ይመደባሉ።

መሪዎች ወደ አመራር ከፍታ የወጡበት መሰላል ይህም ሆነ ያኛው እዚያ ከደረሱ በኋላ ግን የአመራራቸውን ሂደት ወደ ፊት ለማራመድ በእጃቸው ያለውን ስልጣን በአግባቡ መጠቀም የግድ ነው። ስለዚህም፣ በአመራር ውስጥ ያሉ ሰዎች ኃይላቸውን ወይም ስልጣናቸውን የሚገልጡበት የተለያዩ መንገዶች አሉ። ከእነዚህ መንገዶች መካከል የሚከተሉት ዋና ዋናዎቹ ናቸው (Tubbs, 1992, p. 157)።

1. ዋጋ-ተኮር ስልጣን (Reward Power) - ይህ ስልጣን መሪው ከተከታዩ የጠበቀውን ነገር ሲያገኝ ዋጋን ሲሰጥ የጠበቀውን ሲያጣ ደግሞ ዋጋን ሲከለክል የሚገለጥ የስልጣን መንገድ ነው። መሪው በመክፈልና ባለመክፈል ስልጣኑን ይገልጻል።
2. ቅጣት-ተኮር ስልጣን (Coersive Power) - ይህ ስልጣን መሪው የጠበቀውን ነገር ካላገኘ የቅጣትን ዛቻ ሲያስተላልፍ፣ የጠበቀውን ሲያገኝ ደግሞ ከቅጣት ሲገታ የሚገለጥ የስልጣን መንገድ ነው። መሪው በቅጣት ዛቻ መልክ ስልጣኑን ይገልጣል።
3. ከሕግ የመነጨ ስልጣን (Legitimate Power) - ይህ ስልጣን መሪው በተሰጠውና በተሾመለት ስልጣን በመጠቀም ውሳኔዎችን ሲያስተላልፍና ሰዎችም ከዚያ ስልጣን የተነሳ ሲታዘዙት የሚከሰት ሁኔታ ነው። ለምሳሌ፣ ዳኛ የተሰጠው ስልጣን ፍርድን የማስተላለፍ መብትን ይሰጠዋል፤ አለመታዘዝ መዘዝን ስለሚያስከትል ይደመጣል።
4. ከዝና የመነጨ ስልጣን (Referent Power) - ይህ ስልጣን መሪው ሰዎች እንዲከተሉት የሚያደርገው ጉዳይ ከጀርባው ሲኖረው የሚገለጥ ስልጣን ነው። ለምሳሌ፣ ተማሪዎች በጣም የሚያደንቁት አስተማሪ ካለ ሁኔታው ለአስተማሪው ጠንካራ የሆነ የመምራትንና የማነሳሳትን ብቃት ይሰጠዋል።
5. ከምሁርነት የመነጨ ስልጣን (Expert Power) - ይህ ስልጣን መሪው ካለው የእውቀት ልቀት የተነሳ ተከታዮቹ ሲያከብሩት የሚገለጥ ስልጣን

ነው። ለምሳሌ፣ በህክምና፣ በህግና በመሳሰሉት ተቋሞች ውስጥ በእውቀት ልቀው የተገኙ ሰዎች ይህንን አይነቱን ስልጣን የመለማመድን እድል ያገኛሉ።

አለቃ ወይስ መሪ?

መሪ ሁሉ አለቃ ነው፣ አለቃ ሁሉ ግን መሪ አይደለም! መሪ ባለው ቀደም ብሎ የመራመድ ሚና ፈርን የመቅደድ ሃላፊነቱ ስላለው አለቃም ነው ብንል አንሳሳትም። ሆኖም፣ በተለያዩ የስልጣን ምንጮች አለቃ የሆኑ ሁሉ መሪዎች ናቸው ለማለት አስቸጋሪ ነው። አለቃ፣ አለቃ ነው፤ በማስፈራት ይገዛል እንጂ አይመራም። መሪ አለቃ ነው ተብሎ ቢጠራም እንኳ በተለምዶ አለቆች የሚያሳዩትን ባህሪ አያንጸባርቅም። ስለዚህ መሪ የአለቅነቱ ዝንባሌ በጎላ ቁጥር የመሪነቱ መልክና ተጽእኖ እየደበዘዘና እየጠፋ ይሄዳል።

ማንኛውም አለቃ መሪ ለመሆን በተከታዮቹ ወይም በሰራተኞቹ ላይ የአብሮ ሰራተኝነትን ስሜት ሊያሳድር ይገባዋል። “አለቃ ስለሆንኩኝ ብቻ ሊታዘዙኝና ሊያከብሩኝ ይገባል” ከሚል አመለካከት ወጥቶ በሚያስፈልጋቸው ሁኔታ ሁሉ ለመገኘት ራሱን በማቅረብ፣ ብቃቱን በማዳበርና በምሳሌነት በመምራት ተጽእኖን ማሳደር ይጠበቅበታል። ስለዚህም ሰዎች፣ መሪን በናፍቆትና በአክብሮት ሲታዘዙት፣ አለቃን ግን በፍርሃት ይታዘዙታል። የሚከተሉትን ንጽጽሮች እንመልከት።

- አለቃ ሰዎችን በኃይል ይነዳል፤ መሪ ሰዎችን በመልካም ተጽእኖ ያነሳሳል።
- አለቃ በስልጣኑ ላይ ይደገፋል፤ መሪ ባዳበረው ተቀባይነት ላይ ይደገፋል።
- አለቃ ፍርሃትን ይለቅቃል፤ መሪ ፍቅርንና አክብሮትን ያስፋፋል።
- አለቃ “እኔ” ማለት ያበዛል፤ መሪ “እኛ” ይላል።
- አለቃ ስህተተኛው ማን እንደሆነ ያውጣጣል፤ መሪ ስህተቱን ፈልጎ ለማረም ይፈጥናል።
- አለቃ ትኩረቱ ስራው መሰራቱ ላይ ብቻ ነው፤ መሪ ስራውን የሚሰሩት ሰዎች ላይም ትኩረቱን ይጥላል።
- አለቃ ካላከበራችሁኝ ይላል፤ መሪ በሁኔታው መከበርን ያነሳሳል።

የአለቃ አመለካከት

አለቅነት ተገቢና አስፈላጊ ጉዳይ የመሆኑን እውነት መዘንጋት የለብንም። ሆኖም፣ አለቅነት በተከታዮች ዘንድ ከተገኘ ተቀባይነት ሲመነጭ ትክክለኛና ጤናማ ተጽእኖ ያመጣል። ስለዚህ አንድ ሰው አለቃ ከመሆኑ በፊት ተቀባይነት ያገኘ መሪ

ወደ መሆን ማደግ አለበት። ስልጣንን ብቻ የሚጠቀም አለቅነት ወደ ጭፍን አገዛዝ ያመራልና። የተጆእኖ-ቢስ አለቃ አመለካከት ይህንን ይመስላል፡-

- ሰራተኛው ብዙ ጊዜ ሲወስድ ቀርፋፋ ነው፤ እኔ ብዙ ጊዜ ስወስድ ግን ጠንቃቃ ነኝ።
- ሰራተኛው ሳይሰራ ሲቀር ሰንፎ ነው፤ እኔ ካልሰራሁ ግን ስራ በዝቶ ነው።
- ሰራተኛው ከተሰጠው የስራ ድርሻ አልፎ ሲሰራ ቀልቃላ ነው፤ እኔ ስሰራ ግን የተነሳሳሁ ነኝ።
- ሰራተኛው የራሱ መነሳሳትና አቋም ሲኖረው ሕገ-ወጥ ነው፤ እኔ ሲኖረኝ ግን አዲስ ነገር እየጀመርኩ ነው።
- ሰራተኛው አለቃን ለማስደሰት ሲሞክር አሽቃባጭ ነው፤ እኔ አለቃዬን ለማስደሰት ስሞክር ግን ትብብርን እያሳየሁ ነው።

"ያላቸውን ነገር ሁሉ እስካልወሰድክባቸው ድረስ በሰዎች ላይ ስልጣንን ልትለማመድ ትችላለህ። አንድን ሰው ያለውን ሁሉ ከወሰድክበት በኋላ ግን በስልጣንህ ስር አይቆይልህም" - Aleksandr Solzhnitsyn

የአመራር ስልቶች 4

“ተከታዮች ከመሪዎቻቸው ሶስት
መሰረታዊ ጥራቶችን ይፈልጋሉ፡-
አመራርን፣ ታማኝነትንና ተስፋን”
Warren Bennus

በየዘመናቱ የተለያዩ መሪዎች ልዩ ልዩ የሆኑ የአመራር ዘይቤዎችን ተጠቅመዋል፣ አሁንም በመጠቀም ላይ ናቸው፡፡ አንድ መሪ አንድን የአመራር ስልት ለመከተል የሚወስንበት ዋነኛ ምክንያት ስኬት ለማግኘት መሆኑን አያጠራጥርም፡፡ ሁኔታውን ጠለቅ ብለን ስንመለከተው ግን መሪ ሊያገኝ የሚፈልገውን ውጤት በቀላሉ የሚያመጣለትን ስልት ለመጠቀም ክፍት እንደሚሆን ማሰብ እንችላለን፡፡ የመሪው መነሻ ሃሳብ ያም ሆነ ይህ፣ መሪው ሊያከናውን ያቀደውን ጉዳይ እውን ለማድረግ አንድን የአመራር ስልት ይጠቀማል፡፡

ሶስቱ ጥንታዊ ስልቶች

ስለ አመራር ስልቶች ለመነጋገር ከሁሉ በፊት ጥንታዊ በመባል የታወቁትን ሶስቱን የአመራር አይነቶች መጥቀሱ አስፈላጊ ነው፡፡ እነሱም፡- አውቶክራቲክ

(Autocratic)፣ ዴሞክራቲክ (Democratic)፣ እና ሌሴፌር (Laissez-faire) ናቸው፡፡

አውቶክራቲክ (Autocratic) አመራር -
ገደብ የለሽ ስልጣን ያለው የአመራር ስልት

አውቶክራቲክ መሪ ኃይሉንና ስልጣኑን በመጠቀም ተከታዮችን በመጫን የሚታወቅ መሪ ነው፡፡ በአውቶክራቲክ መሪ ስር ያሉ ሰዎች ሃሳብ ለመስጠትም ሆነ ባላቸው ብቃት ውሳኔን ወስነው ለመንቀሳቀስ ያላቸው ነጻነት እጅግ ጠባብ ነው፡፡ ይህ አይነቱ የአመራር ስልት የተከታዮችን ልብ የማዛል ኃይል አለው፡፡ ለምሳሌ፣ አውቶክራቲክ አመራር የነገሰበት ድርጅት ውስጥ ከስራ የሚቀሩና እንደውም የሚያቆሙ ሰራተኞች የበዙበት ስፍራ ነው፡፡ በዳበረ የቡድን መንፈስ ውስጥ የሚገኝ ጥቅም ሁሉ በዚህ አመራር ውስጥ ስፍራ የለውም፡፡

ዲሞክራቲክ (Democratic) አመራር -
መብት ሰጪ የአመራር ስልት

በዴሞክራቲክ የአመራር ስልት ውስጥ መሪው ምንም እንኳ የመጨረሻውን ውሳኔ የመስጠት ብቃቱም ሆነ ስልጣኑ ቢኖረው፣ ውሳኔ በመስጠት ሂደት ውስጥ ሌሎችን የማሳተፍን መንገድ ይጠቀማል፡፡ መሪው ይህንን ስልት በመጠቀም በተከታዮቹ ውስጥ መነሳሳትን፣ ምርታማነትንና በስራ የመርካትን ስሜት ይፈጥራል፡፡ በእነደዚህ አይነቱ አመራር ስር ያሉ ሰራተኞችም ሆኑ ተከታዮች በስራቸው የባለቤትነት ስሜት ስለሚሰማቸው ለደመወዝ ወይም ለሌላ ጥቅም ከመስራት ባሻገር ለውስጥ እርካታ እንዲሰሩ የማድረግ ብቃት አለው፡፡ ምንም እንኳን ሁሉንም በሂደቱ ውስጥ ማሳተፉ ጊዜ የሚወስድና አድካሚ ቢመስልም፣ የመጨረሻ ውጤቱ ግን አርኪ ይሆናል፡፡

ሌሰፌር (Laissez-faire) አመራር -
ልቅ የአመራር "ስልት"

ሌሰፌር የሚለው ቃል በፈረንሳይኛ "ነገሮች በራሳቸው እንዲንከባለሉና እንዲሆኑ መልቀቅ" የሚለውን ሃሳብ የያዘ ነው፡፡ ይህ አይቱን የአመራር ስልት የሚከተል መሪ ተከታዮች ወይም ሰራተኞች ካለምንም መታየትና ቁጥጥር በራሳቸው ስራውን እንዲያንቀሳቅሱ የሚለቅቅ መሪ ነው፡፡ ሌሰፌር አመራር፣ "አመራር-አልባ" የአመራር ስልት በመባልም ይታወቃል፡፡ ይህ አይነቱ አመራር ዘይቤ በባህሪያቸው፣ በዲሲፕሊናቸውና በብቃታቸው የተመሰከረላቸው ሰዎችን ለመምራት የሚጠቅም ሊሆን ይችላል፡፡ ከስሙ ትርጓሜ እንደምንረዳው ግን አመራሩ ልቅነትን፣ እንደፈለጉ መሆንንና ከቁጥጥር

ውጪ የሆነን የመሪ-ተመሪ ግንኙነትን ስለሚያንጸባርቅ ከጥቅሙ ጉዳቱ ያመዝናል፡፡

የአመራር ሂደትና ፍልስፍና ከክፍለ ዘመን ወደ ክፍለ ዘመን መልኩን እየቀየረ የመሄዱን ሁኔታ ስናጤን ከላይ ከተጠቀሱት ጥንታዊ ከተባሉት አመራር ስልቶች ባሻገር ብዙ ጥናቶች እንደተደረጉና "አዳዲስ" ስልቶች እየተመሰረቱ መሄዳቸው እሙን ነው፡፡ አንዱ ጥናት አንድን፣ "ይሰራል፣ ውጤታማ ነው" የተሰኘን ስልት ሲያስተዋውቀን፣ ሌላኛው ጥናት ደግሞ ያንን በማፍረስና ደካማ ጎኑን በማጉላት ሌላ ዘይቤን ያቀርብልናል፡፡ አዲስ የተባለውም የአመራር ስልት ቢሆን የሚቆየው ሌላ "የተሻለ" ጥናት እስኪመጣና እስኪገዳደረው ድረስ ነው፡፡ አንዳንዶቹ ስልቶች ጤና ቢስና ስኬት-አልባ ስለመሆናቸው አዋቂዎች ሁሉ የሚስማሙባቸው ስልቶች ናቸው፡፡ ሌሎቹ ደግሞ አንዱን ከሌላው በማማረጥ ወይም በማዳበል ብንጠቀምባቸው ይሰራሉ የሚባሉ ዘይቤዎች ናቸው፡፡ የሚከተሉትን እንመልከት፡፡

ቢሮክራቲክ (Bureaucratic) አመራር

የቢውሮክራቲክ አመራር ስልት ከሚታወቅበት ዋነኛ ባህሪው አንዱ ሰራተኞች ወይም ተከታዮች ከተደነገገላቸው ደንብ ፍንክች ሳይሉ እንዲሄዱ የማድረግ አሰራሩ ነው፡፡ ይህ አይነቱ ድንጋጌ ለምሳሌ፣ ለአደጋ ሊያጋልጡ ከሚችሉ ማሽኖች አካባቢ ለሚገኝ ስራ ሂደት አስፈላጊነቱ የጎላ ይሆናል፡፡ ሆኖም፣ የፈጠራን ችሎታ በሚፈልግ አካባቢና፣ የሰራተኞች ወይም የተከታዮች ሃሳብ ተሰሚነት ቢያገኝ ለስራው ስኬታማነት አስፈላጊ በሆነበት ቦታ ይህ ስልት ተስፋ አስቆራጭና ሞራልን የሚጥል ይሆናል፡፡

ካሪዝማቲክ (Charismatic) አመራር

"ካሪዝማ" የሚለው ቃል የሚማርክና ሰዎች ራሳቸውን አሳልፈው እንዲሰጡ የሚያነሳሳ ሁኔታን ያመላክታል፡፡ ካሪዝማቲክ የአመራር ስልት "ለውጥ-ተኮር" በመባል ከሚታወቀው የአመራር ስልት ጋር ተመሳሳይነት አለው፡፡ ይህ የሆነበት ምክንያት፣ በተከታዮቹ ውስጥ ታላቅ የሆነ መነሳሳትንና ወደ ፊት መገስገስን የሚቀሰቅስ ስልት በመሆኑ ነው፡፡ ሆኖም ለየት የሚያደርገው ባህሪይ፣ ካሪዝማቲክ መሪ በተከታዮቹ ብቃትና ብርቱ ጎን ላይ ሳይሆን በራሱ ብቃትና ዝና ላይ የማተኮር ዝንባሌ ስላለው ነው፡፡ የዚህ ዝንባሌ ደካማ ጎን ትኩረት ሁሉ በመሪው ብቃትና ማንነት ላይ ስለሆነና ስኬቱን የተሸከመው የመሪው "ካሪዝማቲክነት" ስለሆነ መሪው ስፍራውን ‒ ቢለቅቅ የተቋሙ ስኬታማነት አብሮ ይደክማል፡፡

ለውጥ-ተኮር (Transformation) አመራር

ለውጥ-ተኮር መሪ ለተከታዮቹ የወደፊቱን ራእይ በማካፈልና በማሳየት የሚያነሳሳና የራእዩ ባለቤት ወደ መሆን እንዲመጡ የሚጋብዝ መሪ ነው። ይህ አይነቱ መሪ ራእይን፣ ግብንና እቅድን በመግለጽና በማካፈል ብዙ ጊዜን ያሳልፋል። ፊት ፊት ሲሄዱ ከመታየትና ሁሉን ለማድረግ ከመሞከር ይልቅ ራእይን አሳይቶና አሳምኖ ስራን በማከፋፈል ወደ ግብ የሚደርስ መሪ ነው። ይህ አይነቱ መሪ ብቃት ባላቸው ሰዎች ከተከበበ ስኬታማነቱ አስተማማኝ የሆነ ስልት እንደሆነ ይታመናል።

ሰው-ተኮር (People-oriented) አመራር

ይህ ስልት "ተግባር-ተኮር" በመባል ከሚታወቀው የአመራር ስልት ተቃራኒ ነው። ይህንን ስልት የሚከተል መሪ ትኩረቱ ሁሉ ማደራጀት፣ እንዲሁም ሰራተኞችንና ተከታዮችን ማሰልጠንና ማሳደግ ላይ ነው። የቡድን ስራንና እንዲሁም በሕብረት የተሻለን መንገድ የመፍጠርን ብቃት ዋጋ የሚሰጥ ስልት ነው። ተከታዮችና ሰራተኞች ብዙ ዋጋና ትኩረት ይሰጣቸዋል። ሆኖም፣ መሪው ተከታዮችና ሰራተኞች ላይ ከማተኮሩ የተነሳ የስራውን ስኬታማነትና ሂደት ወደ መዘንጋት በማዘንበል ለጉዳት ሊጋለጥ ይችላል።

ተግባር-ተኮር (Task-oriented) አመራር

ይህንን ስልት የሚከተል መሪ ትኩረቱ ሁሉ ስራው በሚገባ ተከናውኖ ማየት ስለሆነ "ስልጣን-ተኮር" ወደ መሆን ሊያደላ ይችላል። ይህ መሪ የስራን ሂደት ይመሰርታል፣ ለዚያ ስራ ሃላፊ ሰው ይመድባል፣ እቅድ ያወጣል፣ ያደራጃል በመጨረሻም ስራው መሰራቱን ይገመግማል። በዚህ ሂደት ውስጥ የሰራተኛው አመለካከት፣ የመሻሻል ሁኔታና የግል ሕይወቱ ጉዳይ ብዙም አይታሰብም። ይህ አይነቱ ስልት ሰራተኞችን የማነሳሳትና በዓላማውና በስራው አምነውበት እንዲሰሩ የማድረጉ ብቃት አናሳ ነው።

ልውውጥ-ተኮር (Transactional) አመራር

ይህ የአመራር ስልት ሰራተኞች ከመሪው ወይም ከድርጅቱ ጥቅምን ወይም ክፍያን ስለሚያገኙ ትጋትን፣ ተሳትፎንና መልካም ትብብርን ሲያሳዩ የሚከሰት ስልት ነው። ስለሆነም፣ የተጠበቀው ውጤት ካልታየ መሪው የቡድን አባላቱን "ባለመክፈል" ሊቀጣቸው ይችላል። በዚህ የአመራር ስልት ውስጥ የተለመደው አደራረግ መሪው የተሻለ ውጤት ላሳዩ ሰዎች የተለያዩ ጥቅማ ጥቅሞችን ሲያስብላቸው፣ ደከም ወይም ችላ ላሉት ደግሞ ትኩረትን ሲነፍጋቸው የሚገለጽ ነው። ይህ አይነቱን ስልት የሚጠቀም መሪ፣ የመሪነትን መስመር በመልቀቅ ወደ ማኔጀርነት የማድላት

ባህሪይ ይታይበታል (የሁለቱን ልዩነት ለማጤን ቀጣዩን ምእራፍ ይመልከቱ)።

ሁኔታዊ (Situational) አመራር

ከቃሉ ትርጉም እንደምንመለከተው ይህ አይነቱ የአመራር ስልት በሁኔታዎች ላይ የተመሰረተ ነው። አንድ መሪ በመጀመሪያ ደረጃ የሚመራቸውን ሰዎች ሁኔታ ማጤንና ማወቅ፣ በመቀጠልም በአመራሩ አካባቢ ያለውን የስራ ጸባይና ሁኔታ በመገንዘብ እንደ ሁኔታው የአመራርን ስልት መምረጥና መጠቀም፣ አስፈላጊም ከሆነ ስልትን መቀየር አለበት የሚል አመለካከት ነው። በአንድ ጎኑ የሰራተኞች ለስራው ያላቸው መሰጠትና ስራውን ለማከናወን ያላቸው ብቃት ሲታይ፣ በሌላው ጎኑ ደግሞ የስራው ጸባይና በስራው አካባቢ ያለው ሁኔታ ይገናዘብና መሪው ለእነዚህ ሁኔታዎች የሚስማማን የአመራር ስልት ይጠቀማል።

የአመራር ስልት ለአንድ ተቋም ስኬታማነት እጅግ ወሳኝ ጉዳይ በመሆኑ መሪ ሊያስብበትና በጥንቃቄ ሊይዘው የሚገባ ጉዳይ ነው። ጤና ቢሱን ስልት በማስወገድና ከጤናማዎቹ ስልቶች መካከል የሚሰራውን መምረጥ ወይም ጤናማዎቹን በማዳበል መጠቀም ታላቅ የሆነ የአመራር ብቃትን የሚጠይቅ ጉዳይ ነው።

የአመራርና የማኔጅመንት ግንኙነትና ልዩነት 5

“ማኔጅመንት ማለት ነገሮችን በትክክለኛው መንገድ ማድረግ ነው፤ አመራር ማለት ትክክለኛውን ነገር ማድረግ ነው”

Peter Drucker

አመራር የሚለውን ቃል ትርጉም ቀደም ብለን የተመለከትን ሲሆን፣ በዚህ ምእራፍ ውስጥ የአመራርና የማኔጅመንት ልዩነት ከመግለጻችን በፊት ማኔጅመንት የሚለውን ቃል መተርጎም የግድ ይሆናል፡፡ “ማኔጅመንት ማለት የአንድን ድርጅት ግብ ለመምታት ግለሰቦችን፣ ቡድንንና ሌሎችንም ሁኔታዎች የመጠቀም ብቃት ማለት ነው” (Hersey and Blanchard, 1993, P. 6)፡፡

ስለዚህም ማኔጅመንት ተግባር ማቀድን፣ ማደራጀትን፣ ማነሳሳትንና፣ መቆጣጠርን ያቅፋል፡፡ “ማቀድ” የሚያመለክተው ሰዎችንና የተለያዩ አቅርቦቶችን በማካተት ወደታሰበው ዓላማ ለመድረስ ግብን የማውጣትን ብቃት ሲሆን፣ ማደራጀት ደግሞ በእጅ ያለውን ብቃትም ሆነ ቁሳቁስ ወደ ታቀደው ዓላማ ለመድረስ በሚያስችል መልኩ ማዋቀርና አብረው እንዲፈስሱ ማድረግን ያሳያል፡፡

"ማነሳሳት" የሚያጠቃልለው የሰራተኞችን ምርታማነት ከድርጅቱ ግብ ጋር መጣጣሙን በማየት ሰራተኞች የተነሳሱ እንዲሆኑ የማድረግ ብቃት ነው። "መቆጣጠር" ከሚያካትታቸው ሁኔታዎች መካከል ግምገማ፣ ክትትልና የስራ መረጃ የመለዋወጥ መስመሮች ይገኙበታል (Hersey and Blanchard, 1993, P. 6)።

መሪን ከማኔጅመንት ለየት የሚያደርገው ዋነኛ ባህሪይ ነገሮችን ካለመኖር ወደ መኖር የማምጣት ችሎታው ነው ብንል አንሳሳትም። አንድ እንዲህ የሚል የታወቀ አባባል አለ፡- "በዓለም ላይ ሶስት አይነት ሰዎች አሉ፡- እየሆነ ያለውን በፍፁም የማያውቁ፣ እየሆነ ያለውን ዝም ብለው የሚመለከቱ እና እየሆነ ያለውን ወደ መኖር ያመጡ"። ስኬታማ መሪዎችን ሁሉ ተመሳሳይ የሚያደርጋቸው ብቃት እንግዲህ ይህ ነገሮችን አስቀድሞ በአይነ-ህሊናቸው በመመልከት ካለመኖር ወደ መኖር የማምጣት ችሎታቸው ነው።

አመራርንና ማኔጅመንትን በአንድ አይን መመልከት ቀላልና የተለመደ ሊሆን ቢችልም፣ ልዩነታቸው ግን ግልጽ ነው። የማኔጅመንት ሃሳብ ከድርጅት ጋር የተቆራኘ ነው። በተቃራኒው አመራር በማንኛውም ስፍራና ሁኔታ ተጽእኖ ለማምጣት የሚደረግ ሙከራን ያቀፋል። በሌላ አባባል፣ ማኔጀር ካለ የግድ ድርጅት አለ፤ ለአመራር ህልውና ግን የግድ ድርጅት መኖር የለበትም።

የተጽእኖ ስልጣን ወይስ የሹመት ስልጣን?

አመራር የተጽእኖ ስልጣን ነው፤ ማኔጅመንት ደግሞ የሹመት ስልጣን ነው። መሪዎች በተከታዮች ላይ መልካምን ተጽእኖ በማምጣትና ግንኙነት ላይ ባተኮረ የማነሳሳት ብቃት ይመራሉ። ተከታዮች ለመሪያቸው ላላቸው አክብሮት በፈቃዳቸው ምላሽን ይሰጣሉ። በሌላ አባባል መሪ የጨበጠው ስልጣን የመጣው በተከታዮቹ ላይ በፈጠረው መልካም ተጽእኖ ነው። በተቃራኒው፣ የአመራርን ስልት ያላዳበረ ማኔጀር ያለውን ስልጣን በመጠቀም ሰራተኞችን ያንቀሳቅሳል። ሰራተኞች ለማኔጀሩ ሳይሆን ለስልጣኑ ነው ምላሽን የሚሰጡት። ታዛዥነቱ የመነጨው ማኔጀሩ የጨበጠው ስልጣን ሊያስከትለው ከሚችለው ቅጣት የተነሳ እንጂ ካለው መልካም ተጽእኖ የተነሳ አይደለም።

መሪና ተከታይ ወይስ አስተዳዳሪና የበታች?

በአመራር ውስጥ መሪና ተከታዮች አሉ፤ በማኔጅመንት ውስጥ አስተዳደርና የበታቾች አሉ። መሪዎች ተከታዮችን ያፈራሉ፤ ራእይን በማሳየት፣ በማነሳሳትና በማሳመን ወደ ፊት ይመራሉ። ግንኙነቱ የተመሰረተው በመምራትና በመመራት፣ በመቀባበልና ግብን አብሮ በማየት አንጻር ነው። ማኔጀሮች የበታች ረዳቶችን ያፈራሉ። መስራት ያለበትን ተግባር ለሰራተኞች በመግለጽና ሊያከብሩት የሚገባን ሕግ በማስፈር

ያስተዳድራል። ግንኙነቱ የተመሰረተው በበላይነትና በበታችነት የስልጣን ተዋረድ ላይ ነው።

ለውጥን ማምጣት ወይስ ማምረት፣ መሸጥና ማትረፍ?

በአመራር ውስጥ ለውጥን የማምጣት ትኩረት አለ፣ በማኔጅመንት ውስጥ የማምረት፣ የመሸጥና የትርፋማነት ትኩረት ይኖላል። በአመራር ውስጥ መሪዎችና ተከታዮች የጋራ የሆነ አጋርነት ውስጥ በመግባት ለውጥ-ተኮር የሆነን ግንኙነት ያዳብራሉ። ዓላማቸውን ወደሚቀጥለው ደረጃ በማሳደግና የተሻለን ውጤት በማምጣት ካለማቋረጥ የለውጥ ምንጮች ናቸው። አስተዳደርና ሰራተኞች በእጃቸው የገባው አደራ በስርአትና ባለበት መሄዱን፣ እንዲሁም ትርፋማነትና ምርት ቀጣይ መሆኑን በማረጋገጥ ይረካሉ፣ ለአዲስ ነገር ክፍት መሆን አይታይም።

የጋራ የሆነ ዓላማ መያዝ ወይስ ተግባርን በማደራጀት ሰራተኛን ማሰማራት?

በአመራር ውስጥ መሪና ተመሪ የጋራ ዓላማ አላቸው፣ በማኔጅመንት ውስጥ ድርጅታዊ መዋቅርና የሰራተኛ ታዛዥነት ብቻ ይጠበቃል። በመሪና በተከታይ መካከል ያለው ግንኙነት በጋራ ራእይን የመዘርጋት፣ ወደዚያ ራእይ የሚደረስበትን የግብ ደረጃ ማውጣትና መንቀሳቀስን ይጠቀልላል። ይህንንም በማድረጉ ለተከታዮች የራእይ ባለቤትነትን ስሜት ይሰጣቸዋል። ማኔጀር ተግባርን በማደራጀት፣ የስራ መስመርን በመዘርጋትና ከሰራተኞች ጋር በመደራደር መመሪያን ያወጣል። ሰራተኞች ከሰራተኝነት ያለፈ የባለቤትነት ስሜት አያድርባቸውም።

የማንነት ጥራት ወይስ የአሰራር ዘይቤ?

በአመራር ውስጥ የመሪው የማንነት ጥራት ስፍራ ሲሰጠው፣ በማኔጅመንት ውስጥ የአሰራር ጥራት ትኩረት ይሰጠዋል። ለመምራት የማንነት ብቃት ያስፈልጋል። የመሪው ማንነት የአመራሩን ውጤታማነት ይወስነዋል። መሪ ሰዎችን የሚያነሳሳው ተግባርን በማስፈጸም ብቻ ሳይሆን ባለው የማሳመንና ተጽዕኖ የማሳደር ብቃት ነው። ለማኔጅመንት ግን የግድ የማንነት ብቃት አያስፈልገውም። በወረቀትና በመዋቅር ላይ የተደነገገውን የአሰራር ደንብ በሚገባ ማስፈጸም በቂ ነው።

ራዕይ ወይስ ለአእምሮ የሚስማማ አመለካከት?

በአመራር ውስጥ ራዕይ ቀዳሚ ስፍራ ሲሰጠው፣ በማኔጅመንት ውስጥ ለአስተሳሰብ የሚስማማ ሃሳብ ቀዳሚነት ይሰጠዋል። መሪ የሚራመድበት የአመራር ጉዳና

በአይነ-ህሊናው በሚያየው ራዕይ የተቀሰቀሰ በመሆኑ ሁሉም ላይቀበለው ይችላል፡፡ መሪ ካለማቋረጥ "የሚያይ" ሰው ነው፤ ከተጨባጭ ሁኔታ ባሻገር ይመለከታል፡፡ ወደዚያ ወዳየው እይታም ሊደረስበት የሚቻልበትን ሁኔታ ለሌሎች በማሳየት ወደ እርምጃ የማነሳሳት ብቃቱና ፍላጐቱ አለው፡፡ አስተዳዳሪ በጥንቃቄ ብቻ ላይ ያተኮረ አመለካከት አለው፡፡ ለራሱና ለሌሎች አእምሮ ካልተመቸና ትንሽ «አደጋ» ያለ ከመሰለው አይንቀሳቀስም፡፡

የራዕይ ግልጽነት ወይስ የመረጃ ግልጽነት?

በአመራር ውስጥ ራዕዩ ግልጽ የመሆኑ ጉዳይ መሪውን ግድ ሲለው፣ በማኔጅመንት ውስጥ ማኔጀሩ መረጃው ግልጽ የመሆኑ ጉዳይ ግድ ይለዋል፡፡ መሪ ካለመውና ይቻላል ብሎ ካመነበት ነገር የተነሳ ፈር የመቅደድና ወደ ፊት የመንቀሳቀስ መነሳሳቱና ብቃቱ አለው፡፡ መረጃ ራዕይን ተከትሎ የሚመጣ ጉዳይ ነው፡፡ መረጃ ራዕይን ፈጽሞ ሊቀድም አይገባውም፡፡ በማኔጀርነት ደረጃ ራሱን የገደበና የአመራርን እይታ ያላዳበረ ሰው እርግጠኛነት የሚሰጠውን መረጃ በእጁ ካላገኘ የመራመድም ሆነ የማለም ድፍረት የለውም፡፡ ከመራመዱ በፊት ሁሉም ነገር በቁጥጥር ስር መዋሉንና ሊራመድ የተነሳበት ጉዳና ከዚህ በፊት ተሞክሮ ስኬትን ያስገኘ መንገድ መሆኑን ማወቅ ይፈልጋል፡፡

ግብ በመምታት መርካት ወይስ በመቆጣጠር መርካት?

በአመራር ውስጥ ግብን መከተል ሲጎላ፣ በአስተዳደር ውስጥ ሁሉ ነገር በቁጥጥር ስር የመዋሉ ጉዳይ ይጎላል፡፡ መሪን የሚነዳው ግብ ነው፡፡ መሪ አንድን ግብ ያያል፣ እቅድ ያወጣል፣ እዚያም ለመድረስ የሚያስከፍለውን ዋጋ ይተምናል፣ ከዚያም ካለማቋረጥ ወደ ፊት ይራመዳል፡፡ ውጤትን ካላገኘ አይረካም፡፡ ማኔጀር ለዛሬ በቂ ነገር ካገኘ በዚያ ሊያርፍ ይችላል፡፡ በወረቀት ላይ የሰፈረውን የአሰራር ስርዓት በሚገባ ከተከተለ በዚያ ብቻ ረክቶ ይኖራል፡፡ ከተመደበለት የስራ ድርሻ የበለጠ ቢሰራ ሊመጣ የሚችለው ውጤት ብዙም ላያጓጓው ይችላል፡፡

ሰዎችን ወደ ብቃት ማምጣት ወይስ ብቃት ያላቸውን መፈለግና መጠቀም?

በአመራር ውስጥ ሰዎችን አሰልጥኖ ወደ ብቃት ማምጣት ስፍራ ሲሰጠው፣ በማኔጅመንት ውስጥ ብቁ ሰዎች ማፈላለግ ስፍራ ይሰጠዋል፡፡ መሪ ብቃት ያለውን ሰው በመፈለግ የተወሰነ አይደለም፤ ወደ ብቃት የመምጣት እምቅ ችሎታ ያላቸውን ሰዎች የማየት፣ የማውጣት፣ የማሳደግና የመጠቀም ችሎታ አለው፡፡ ማኔጀር በእጁ የሚገኘውን ብቃት ብቻ በማሰባሰብ ለመድረስ

ወደሚቻለው ግብ ይራመዳል። ወደ ብቃት የመምጣት እምቅ ችሎታ ያላቸውን ሰዎችም ሆነ ሁኔታዎች ለይቶ ለማየት መሞከር ጊዜን እንደማባከን ነው።

የአመራርንና የማኔጅመንትን ልዩነት ተመልክተን የሚገናኙበትን ገጽታ ሳንዳስስ ማለፉ ጥናታችንን ሙሉ አያደርገውም። መሪ ስኬታማ ለመሆን የግድ የማኔጅመንትን ብቃት ሊያዳብር ይገባዋል። በአንጻሩም አንድ ማኔጀር በማስተዳደሩ ስኬትን ለማግኘት የግድ የአመራርን ብቃት ሊያዳብር ያስፈልጋል። የሚከተሉትን ሃሳቦች ይህንን እውነታ ይገልጹልናል።

የማስተዳደር ብቃት የሌለው መሪ

አንድ መሪ በማኔጅመንት ብቃት ካልበሰለ ራዕይንና ግብን በማውጣት ላይ ብቻ በማተኮር ወደፊት ሊገሰግስና የታሰበው ደረጃ የመድረሱንና ያለመድረሱን ጉዳይ ችላ ሊል ይችላል። ይህንን ክፍተት የሚደፍኑለትን ብቁ ሰዎች በአጠገቡ ካላስቀመጠ በስተቀር ስኬታማነቱን የሚወስን ጉዳይ ይሆናል።

የአመራር ብቃት የሌለው ማኔጀር

አንድ ማኔጀር የመሪነትን ብቃት ካላጎለበተ ሁኔታዎች ሁሉ በተደነገገው እቅድ መሰረት መንቀሳቀሳቸው ላይ ብቻ በማተኮር ለውጥና አዲስ አቀጣጫ የሚያስፈልገው ሁኔታ ቢከሰት እንኳ ትኩረትን ስለማይሰጥ ሳያስተውለው ነገሮች ሊያዘቅጡ ይችላሉ።

የአመራር አፈ-ታሪኮች 6

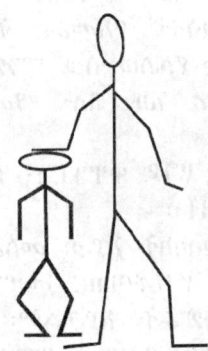

"ብዙውን ጊዜ የእውነት ትልቁ ጠላት ውሸት አይደለም - ሆን ተብሎና ካለማቋረጥ የሚነገር፣ ላይ ላዩን የሆነ፣ አሳማኝና ከእውነት የራቀ አፈ-ታሪክ ነው"

John F. Kenedy

አፈ-ታሪክ (Myth) ማለት ከጥንት ሲወርድ ሲዋረድ የመጣ ለእውነተኛነቱ ማረጋገጫ የሌለው፣ ነገር ግን በሰሚው እንደ እውነት የታመነ ነገር ነው። እንደማንኛውም እውነታ አመራርም ብዙ አፈ-ታሪኮች አሉት። እነዚህ አፈ-ታሪኮች የሚፈጥሩት አመለካከት ሰዎች ራሳቸውን ለመሪነት እንዳይሰጡና በብቃታቸውም ወደከፍታ እንዳይዘልቁ መንገድን የሚዘጉ አመለካከቶች ናቸው። ከዚህ በመቀጠል በአመራር አካባቢ ከተለመዱት አፈ-ታሪኮች ጥቂቹን እንመልከት።

አፈ-ታሪክ 1 - መሪነት ጥቂቶች ብቻ ሲኖራቸው የሚችል ብቃት ነው።

በዚህ አመለካከትና አፈ-ታሪክ መሰረት መሪዎች ሲወለዱ ጀምሮ መሪ ሆነው ነው የሚመጡት። ይህ በጣም ከእውነት የራቀ አመለካከት ነው። ማንኛውም ሰው

ዓላማና ራእዩን ለይቶ ካወቀ፣ መሪነት የሚጠይቀውን ብቃት ጊዜ ወስዶ ከተማረ፣ ራሱን ከለወጠና ካሻሻለ የአመራር ብቃቱን የማያሳድግበት ምክንያት የለም።

አፈ-ታሪክ 2 - መሪነት ካሪዝማቲክ መሆንን ይጠይቃል።

በዚህ አፈ-ታሪክ መሰረት አንድ ሰው መሪ ለመሆን የግድ ሰዎችን የሚስብ ማንነት ሊኖረው ይገባል። ይህ በከፊል እውነት የሆነ አመለካከት ነው ብለን መናገር ብንችልም፣ ልምምድ እንደሚያሳየን በዓለም ላይ ማንነታቸው ምንም የማይስብ ነው ተብለው የሚታሰቡ፣ ነገር ግን እጅግ ስኬታማ የሆኑ መሪዎች ነበሩ፣ አሁንም አሉ።

አፈ-ታሪክ 3 - በድርጅቱ ውስጥ ከፍተኛውን ስልጣን የያዘው ሰው መሪው ነው።

በዚህ አመለካከት መሰረት አንድ ሰው የማህበሩን ከፍተኛ ስፍራ ሲቆናጠጥ መሪ ነው ብለን እናስባለን። ከእውነተኛ የአመራር ትርጓሜ በመነሳት ስንመለከተው ግን "ተጽእኖ" የሚያመጣ ማንነት የሌለው ሰው ምንም እንኳ ከተለያዩ ምክንያቶች የተነሳ የበላይነትን ቢይዝም መሪ ነው ብሎ ማመን ያስቸግራል።

አፈ-ታሪክ 4 - አንድ መሪ ስኬታማ ለመሆን የግድ ቁጥጥርን፣ ጉልበትንና ኃይልን መጠቀም አለበት።

በዚህ ከእውነት የራቀና ኋላ ቀር አመለካከት እይታ መሰረት መሪ ኃይልን የሚጠቀም፣ የአለቅነት ዝንባሌ ያለውና ክፉኛ የሚቆጣጠር መሆን አለበት። እንደ እውነቱ ከሆነ ግን ማንንም ሰው በግድ መምራት አይቻልም። እውነተኛ መሪ ተከታዮችን በማሳመን ተግባራቸውን በደስታ እንዲያደርጉት የሚያነሳሳ ሰው ነው።

አፈ-ታሪክ 5 - ስኬታማ መሪዎች ከሌሎች ሰዎች ይልቅ ብዙ ትምህርት ያላቸው ሰዎች ናቸው።

በዚህ አፈ-ታሪክ መሰረት አንድን ሰው የአመራር ስኬት የሚወስነው በጭንቅላቱ ውስጥ ያለው እውቀት ነው። ይህ አመለካከት ግማሽ እውነትን የያዘ ነው። እውቀት እጅግ ጠቃሚ የሆነና ማንኛውም መሪ ሊኖረው የሚገባው ጉዳይ ቢሆንም አንድ ሰው እውቀት ስላለው ብቻ ስኬታማ መሪ እንደማይሆን ዙሪያችንን መመልከት በቂ ነው።

አፈ-ታሪክ 6 - በድርጅቱ ውስጥ ለረጅም ጊዜ የቆየው ሰው መሪ መሆን ይችላል።

ይህ አባባል አንድ ሰው በማህበሩ ውስጥ ለረጅም ጊዜ ስለሰራ የመሪነት ብቃት ይኖረዋል ከሚል ግምታዊ እይታ የመጣ ነው። ይህ እይታ እውነት ቢሆን ጥሩ

ነበር፣ ነገር ግን አይደለም። በአንድ ድርጅት ለረጅም ጊዜ መቆየት በድርጅቱ የውስጥ “ፖለቲካ” እንድንበስል ሊያደርገን ይችላል እንጂ በአመራር እንድንበስል አያደርገንም።

አፈ-ታሪክ 7 - አንድ ሰው መሪ ለመሆን በእድሜ እጅግ የገፋ መሆን አለበት።

ይህ አመለካከት ሰዎች በእድሜ በገፉ ቁጥር የመስከንና የማመዛዘን ዝንባሌን ያሳድጋሉ ከሚለው ቅንና እውነትነት ካለው እይታ የመነጨ ነው፡ ሆኖም በእድሜ መግፋት በአመራር ጥበብ የመብሰል ምልክት መሆን አይችልም። ምናልባትም በእድሜ ከመግፋት ጋር አብረው የሚመጡና ለአመራር አስቸጋሪ የሆኑ ለምሳሌ፣ ለውጥን ለማስተናገድ ያለመፈለግ ጥንካሬዎች ሊያጠቁትም ይችላል።

አፈ-ታሪክ 8 - በሃብትና በብልጽግና ከፍ ያለው ሰው መሪ መሆን ይችላል።

ይህ አፈ-ታሪክ ሰዎች ባላቸው ሃብት ምክንያት “አንቱ” ስለተባሉ መሪም ቢሆኑ እንደዚያው ይታያሉ የሚል ግምት ነው። ይህ እይታ ጎልቶ የሚታየው የኢኮኖሚ ክፍተት እጅግ ሰፊ በሆነባቸው በማደግ ላይ ባሉ አገሮች ነው። “የድኃው” እና “የሃብታሙ” ልዩነት ሲጎላና ባለሃብት እንደትልቅ ሰው ሲታይ መሪም ይሆናል የሚል መላምት ውስጥ ይከትተናል። እውነታው ግን ከዚህ እጅግ የራቀ ነው።

እንግዲህ እነዚህ ከላይ የተዘረዘሩ አፈ-ታሪኮች የአመራርን ትርጉም አይወክሉም ካልን፣ መሪ ማን ነው? እንዴትስ ወደ አመራር ስፍራ ይመጣል? እነዚህን ጥያቄዎች መመለስ የግድ ነው። ከሚቀጥለው ክፍላችን ጀምሮ በዚሁ ዙሪያ የሚያጠነጥኑ ሃሳቦችን እንመለከታለን። እነዚህ ሃሳቦች በሶስት እውነታዎች ስር ታምቀው ይገኛሉ።

መሆን - መሆን የሚያመለክተው መሪው በማንነት የመብሰሉን ጉዳይ ነው። መሪ ባመነበት ጉዳይ፣ በታየው ራእይና በተያያዘው ተልእኮ ውስጡ ከማመኑ የተነሳ ማንነቱ ላይ ተጽእኖ ያመጣበት ሰው ሊሆን ይገባዋል።

ማወቅ - ማወቅ የሚያመለክተው መሪው በአእምሮ እውቀት የመብሰሉን ጉዳይ ነው። አንድ ሰው ከእውቀት ውጪ ወደ አመራር የመምጣት ብቃት ሊኖረው ቢችልም ከእውቀት ውጪ ግን በጀመረበት ፍጥነት መቀጠል ያዳግተዋል።

ማድረግ - ማድረግ የሚያመለክተው መሪው በተግባራዊ ችሎታው የመብሰሉን ጉዳይ ነው። መሪ በተሰማራበትና ሌሎችን በሚያስተባብርበት መስክ በመተግበር የሚገለጥ ብቃት ይጠበቅበታል።

ክፍል ሁለት
የመሪው የግል ዲሲፕሊን

የዚህ ክፍል ዋና ዓላማ መሪ ሊኖረው ስለሚገባው የግል ዲሲፕሊን መሰረታዊ እውነታዎችን ለአንባቢው ማስጨበጥ ነው፡፡ በዚህ ክፍል ውስጥ የምንመለከታቸው ስድስት ምእራፎች የሚከተሉት ናቸው፡-

7
ራስን የማወቅ ዲሲፕሊን

"እውነተኛ ማንነታችንን እስከምናውቅ ድረስ መሆን ወደሚገባን ሁኔታ መራመድ አንችልም" - Charlotte P. Gilman

8
ራስን የመምራት ዲሲፕሊን

"ጸጸት የሌለውና ቋሚ የሆነ ድል ራሳችንን የምናሸንፍበት ድል ነው" - Napoleon Bonaparte

9
ራስን የማሻሻል ዲሲፕሊን

"በዚህ ዓለም ውስጥ ልታሻሽለው እንደምትችል እርግጠኛ የሆንክለት አንድ ነገር አለ - እሱም ራስህን ነው" - Aldous Huxley

10
የልማድ ዲሲፕሊን

"ደጋግመን የምናደርገውን ነገር ወደ መሆን እንመጣለን፤ ስለዚህ፣ ጥራት የአንድ ጊዜ ክስተት ሳይሆን የልማድ ጉዳይ ነው" - Aristotle

11
የጽንአት ዲሲፕሊን

"አንድ ሰው የሚያልቅለት ሲሸነፍ አይደለም፤ የሚያልቅለት በበቃኝ ሲያቆም ነው" - Richard M. Nixon

12
የአዎንታዊ አመለካከት ዲሲፕሊን

"አዎንታዊ ሰው ጽጌሬዳ አበባው ላይ ሲያተኩር፤ አሉታዊ ሰው ጽጌሬዳውን በመዘንጋት እሾሁ ላይ ብቻ ያተኩራል" - Kahlil Gibran

7

ራስን የማወቅ ዲሲፕሊን

"እውነተኛ ማንነታችንን እስከምናውቅ ድረስ መሆን ወደሚገባን ሁኔታ መራመድ አንችልም"
Charlotte P. Gilman

መሪ ሊጓዛቸው ከሚችላቸው አስፈላጊ ጎዳናዎች አንዱ ራስን የማግኘትና የማወቅ ጎዳና ነው፡፡ መሪ ራሱን ማወቅ አለበት የሚለው ሃሳብ ብዙ እውነታዎችን ያቅፋል፡፡ ለምሳሌ፣ ደካማውንና ብርቱ ጎኑን፣ የሚያጓጓውንና የማያጓጓውን፣ የሚሳካለትንና የማይሳካለትን ማወቅ ራስን ከማወቅ ጋር በቀጥተኛ መንገድ የተያያዙ ጉዳዮች ናቸው፡፡ ስለዚህም ራሱን በሚገባ ወደ ማወቅ የመጣ መሪ ጊዜውንና ጉልበቱን በምን ላይና በምን መልኩ ማሳለፍ እንዳለበት ጥርት ባለ መልኩ ያውቃል፡፡

ራሱን ወደ ማወቅ የመጣ መሪ ከአጋሮች ሁሉ የላቀና የቀረበን አጋር አውቋል - ይህ አጋር ራሱ ነው፡፡ ራሱን ማወቁ በዚህ ዓለም ላይ በመኖሩ ምክንያት አከናውኖ ሊያልፍ ስለሚፈልገው ነገር ግልጽ የሆነን እይታ ይሰጠዋል፡፡ በህይወቱ ያለውን የትኛውን ብርቱ ጎን ቢጠቀም መሆንና ማድረግ የሚፈልገውን ነገር ወደ መኖር ሊያመጣው

እንደሚችል ያውቃል። ስኬታማነቱን የመመዘኛ በቂ እይታ ያዳብራል፣ የሚሳካለት ላይ በማተኮርና የማይሳካለትን ተወት በማድረግ ከስኬት ወደ ስኬት ይዘልቃል። ይህ መሪ የሚችለውን ከማይችለው፣ የሚያውቀውን ከማያውቀው የለየ ሰው ነው።

የሰው ስኬቱ ከኢኮኖሚ ደረጃ፣ ከዘርና ከቆዳ ቀለም ጋር ምንም ግንኙነት ባይኖረውም፣ በአስተዳደጉ ወቅት ከነበረው ልምምድ ጋር ግን ይገናኛል። ይህንን ያለፈ አመጣጥ በትኖ በማየት ክፉ ተጽእኖን የማስወገድ፣ መልካሙን ደግሞ የማዳበር እርምጃ ውስጥ መግባት የስኬታማ መሪ መለዮ ነው። ስለዚህ፣ ራስን የማወቅ ጎዳና የጀመረ ሰው የሚከተሉትን ጥያቄዎች የሚጠይቅ ሰው ነው፡- ማን ነኝ? ከምን አይነት ቤተሰብ ነው የተወለድኩት? ምን አይነት አስተዳደግ ነው የነበረኝ? ተደግፌና ተበረታትቼ ነው ያደግሁት ወይስ ተገፍቼና መብቴን ተገፍፌ? እነዚህንና የመሳሰሉትን ጥያቄዎች በመመለስ በውስጡ ያለውን ስነ-ልቦናዊ ውጣ ውረድ የተገነዘበ ሰው ራሱን መርቶ ሌላውን የሚመራበትን አቅጣጫ ይይዛል።

የስነ-ልቦና አዋቂዎች እንደሚነግሩን፣ ሰዎች የሚያልፉባቸው ጤና ቢስ ልምምዶች በነገው ማንነታቸው ላይ ታላቅ የሆነ አሉታዊ ተጽእኖ አለው። አንዳንድ ሰዎች ካሳለፉት ልምምድ የተነሳ በመዛል ማንም እንዳሻው የሚያደርጋቸው "አጥር" የለሽ ሰው ይሆናሉ። ሌሎች ደግሞ በተቃራኒው ማንም እንደገና "እንዳይደፍራቸው" እና እንዳይነካቸው የተለያዩ "አጥሮችን" በዙሪያቸው ይሰራሉ። በእንደዚህ ሁኔታ ባለፈው ታሪካቸውና ልምምዳቸው ተጽእኖ ስር የወደቁ ሰዎችን በአራት ልንከፍላቸው እንችላለን።

ለሁሉም ነገር ተስማሚዎች (Compliants)

እንዲህ አይነት መሪዎች ሌሎች የግል ሕይወታቸውን መስመር ረግጠው እንዲያልፉና እደፈለጉ እንዲያደርጓቸው የሚፈቅዱ ሰዎች ናቸው። አብዛኛውን ጊዜ እንደዚህ የሚሆኑት የሰውን ስሜት የመጉዳት ፍርሃት ስላለባቸው ነው። እንደዚህ አይነት ሰዎች እምቢታ ከአንደበታቸው አይወጣም። መብታቸውን ካለአግባብ የሚጋፋና ከአቅማቸው በላይ የሆነ ነገር እንኳ ቢሆን ለሰው ስሜት ለመጠንቀቅ ሲሉ ብቻ ያደርጉታል። ሰዎች ትተውን ይሄዳሉ ብለው ስለሚፈሩ መዘጋት ያለበትን የስሜት በራቸውን ይከፍታሉ፣ ሰዎች ስተት ብለው ስለገቡ ደግሞ ተጎዳሁ ብለው ሲወቅሱ ይታያሉ።

ገለልተኞች (Avoidants)

እንዲህ አይነት መሪዎች ለሰዎች ክፍት መሆን በሚገባቸው ጊዜና ሁኔታ የማንነት በራቸውን ጥርቅም አድርገው የሚዘጉ ናቸው። እንደዚህ አይነት መሪዎች ግፊት ያለበት ሁኔታ ሲከሰት ከመቋቋም ይልቅ ዘወር ማለት ይቀናቸዋል።

የቀድሞ የአስተዳደግ ሁኔታ ወይም የኑሮ ልምምድ ካመጣው ተጽእኖ የተነሳ ደግመው ላለመጎዳት ራሳቸውን ዝግ የማድረግ ዝንባሌ አላቸው። እንዲህ አይነት መሪዎችን ለመርዳት እጅግ አስቸጋሪ ነው ምክንያቱም ያለባቸው ዝግ የመሆን ዝንባሌ ለመርዳት የሚቀርቧቸውንም ሰዎች ጭምር ስለሚያርቅ ነው።

ተቆጣጣሪዎች (Controllers)

እንዲህ አይነት መሪዎች የሌሎችን መስመር የማያከብሩና በሰዎች ስሜት፣ ሕይወት፣ ውሳኔና አመለካከት ላይ የሚረማመዱ መሪዎች ናቸው። ሰው ሊጣስበት የማይገባው መስመር እንዳለው የማያውቁ አይነት ተቆጣጣሪ መሪዎች ናቸው። ተቆጣጣሪዎች በሁለት ይከፈላሉ፡- "ጉልበተኞች" (aggressive) እና "ለስላሶች" (passive)።

ጉልበተኛ ተቆጣጣሪዎች ኃይልን በመጠቀም መግባት የሌለባቸው ቦታና ሁኔታ ላይ ጥልቅ የሚሉ፣ እንደዚያ የማድረግም መብት እንዳላቸው የሚያስቡና የሚቆጣጠሩ ሰዎች ናቸው። ለስላሳ ተቆጣጣሪዎች የጥፋተኝነት ስሜትን በመስጠትና በማታለል ሰዎቹ አንድን ማድረግ የማይፈልጉትን ነገር እንዲያደርጉ የሚገፋፉና በምርጫቸው እንዳደረጉት ስሜትን የሚያሳድሩባቸው አይነት መሪዎች ናቸው።

ስሜት የለሾች (Non-responsives)

እንዲህ አይነት መሪዎች ለሰዎች ችግር፣ ጥያቄና ፍላጎት ምላሽን በመንፈግ አጥርን በዙሪያቸው የሚያበጁ ሰዎች ናቸው። ከማህበሩ ጋር እጅግ የተራራቁና በቀላሉ የማይገኙ ከመሆናቸውም በላይ ምንም አይነት ሁኔታ ቢከሰት ስሜት የማይሰጣቸውና ለመፍትሄ ራሳቸውን የማያቀርቡ አይነት ሰዎች ናቸው። እንደዚህ አይነት መሪዎች አንዳንድ ጊዜ በዙሪያቸው በጣም ለህዝቡ የሚጠነቀቁ ሌሎች መሪዎች ከከበቧቸው ይህ ዝንባሌአቸው ብዙም ሳይታወቅ ለተወሰነ ጊዜ ሊጓዙ ቢችሉም የኋላ ኋላ ግን አጣብቂኝ ሁኔታ ውስጥ ራሳቸውን ያገኙታል።

እንግዲህ አንድ መሪ ራሱን በሚገባ በማወቅና ድካሙንና ብርታቱን በመገንዘብ ወደስኬታማ ጎዳና የሚገባበትን መንገድ መጥረግ ይጠበቅበታል። አንድ መሪ ራሱን በሚገባ በማያውቅበት ጊዜ ከሚከተሉት ሁለት ችግሮች ለአንዱ ሊጋለጥ ይችላል።

ራሱን በማወቅ በሚገባ ያልበሰለ መሪ በሰዎች ሃሳብ በቀላሉ የሚነዳና ራሱ አቋም የሌለው ሰው ነው፤ እንደመጣው ሰውና እንደተነገረው ሃሳብ አቋሙን ይለዋውጣል። ከዚህ በተቃራኒ አንድ መሪ ራሱን በሚገባ በማያውቅበት ጊዜ ስለ ሰዎች ፍላጎት ግድ የለሽ ወደ መሆንም ሊያዘነብል ይችላል። ራሱን በማወቅ ስላልተደላደለ የሚችለውን መንገድ ሁሉ ተጠቅሞ ራሱን በማግነን ከፍ አድርጎ ለማሳየት ይታገላል።

ራስን የመምራት ዲሲፕሊን

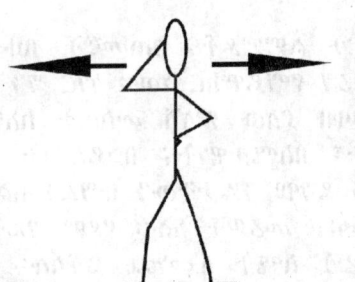

8

"ጽጸት የሌለውና ቋሚ የሆነ ድል ራሳችንን የምናሸንፍበት ድል ነው"
Napoleon Bonaparte

አመራር መጀመር ያለበት ራስን ከመምራት ነው፡፡ ታላላቅ መሪዎች ራሳቸውን በመምራት ይታወቃሉ፡፡ እነዚህ ሰዎች ፕሮጀክቶችንና ድርጅቶችን ብቻ ሳይሆን ራሳቸውንም የመምራትን ጥበብ አዳብረዋል፡፡ ራስን መምራት ማለት በውጪ እና በውስጥ የሚመጣን ግፊት በጥበብ የመያዝ በዓላማ የመጽናት ችሎታ እንደሆነም ጠንቅቀው ያውቃሉ፡፡

ራስን መምራት ስሜትን ከመቆጣጠርና በአግባቡ ከመግለጥ ጋር የተያያዘ ጉዳይ ነው፡፡ በአመራር ስፍራ ያለን ሰው ስሜት ካለአግባብ የሚያነሳሱ፣ የሚፈታተኑና የሚጎዱ ሁኔታዎች ቁጥር ስፍር የላቸውም፡፡ ስለሆነም፣ አንድ መሪ ራሱን በመምራት ብቃት ሲያድግ ከሚታይበት የባህሪይ ጥራቶች አንዱና ዋነኛው በስሜት ሳይነዱ መራመድን ነው፡፡

መሪን የሚፈታተኑ ስሜቶች

"ድብርት" (Depression)

"ድብርትን" እንደ ስሜት ችግር የማይቆጥሩ አመለካከቶች እንዳሉ እሙን ነው። ሆኖም ከስሜታችን ጋር እጅግ ቁርኝት ያለው ጉዳይ ነው። መሪዎች ለዚህ የስሜት ቀውስ የሚጋለጡበት ጊዜ ጥቂት ባለመሆኑ አያያዙን ማወቅ ጠቃሚ ነው። አንዱ "የድብርት" ምንጭ ከጤንነት ቀውስ ጋር የተያያዘ በመሆኑ ለዚያ የሚመጥንን የሕክምና ትኩረት ይጠይቃል። ሌላኛው አይነት "ድብርት" ስነ-ልቦናዊና ከስሜት መቃወስ የሚመጣ ነው። ይህ አይነቱ ቀውስ የብዙ መሪዎች "ድብርት" ምንጭ ነው። ይህ የሚሆንበት ምክንያት መሪ በብዙ ውሳኔዎች፣ ውጣ ውረዶችና ስሜትን ሊጎዱ የሚችሉ ሁኔታዎች ውስጥ ስለሚያልፍ ነው።

ንዴት

መሪን ለንዴትና ለቁጣ የሚዳርጉ ልምምዶችና ገጠመኞች ብዙ ናቸው። ይህንን ስሜት ፈጽሞ እንዳይከሰት ማድረግ የማይሞከር ነው። ነገር ግን ንዴትንና ብስጭትን በቁጥጥር ስር በማዋል አግባብ ያለው ምላሽ መስጠት ከአንድ መሪ ይጠበቃል። ንዴትን በጤና ቢስ ቃላት፣ በስሜታዊነትና በኃይለኛነት የሚገልጹ መሪዎች እንዳሉ ሁሉ፣ በዚያው መጠን ደግሞ ንዴታቸውን በማፈን ከልክ አልፎ የበሽታ ምንጭ እንዲሆንም በርን የሚከፍቱ መሪዎች አሉ። የደም ግፊት፣ የራስ ምታትና የአካል ዝለት ልቅ ከሆነ የንዴት ስሜት ሊመነጩ ይችላሉ። ሁኔታው የግል ጤንነትንም ሆነ የማህበርን አንድነት የማበላሸት አደገኛ ተጽእኖ አለው።

ጠላትነት

የእኔ ወገን የሆነውና ያልሆነው ማን ነው? የሚደግፈኝ ማን ነው? የሚቃወመኝስ? የሚሉ የስሜት ውጣ ውረዶች ጠላትንና ወዳጅን የመለየት ዝንባሌ ያለው መሪ ምልክቶች ናቸው። የሃሳብ ልዩነት የሚያመጡትን ሰዎች ሁሉ ጉዳዩን በግል በመውሰድ እንደጠላት መቁጠር ከዝቅተኛነት ስሜት የሚመነጭ አደገኛ የስሜት ቀውስ ነው። ራሱን በሚገባ የሚመራ መሪ ይህንንም ስሜት በቁጥጥር ስር የማዋልን እርምጃ የወሰደ መሪ ነው። እንዲህ አይነቱ መሪ በቡድንና አብረው በሚሰሩ አባላት መካከል ጠላትነት እየጠበበ፣ ወዳጅነት ደግሞ እየጎለበተ የሚሄድበትን መንገድ ጠራጊ ለመሆን ራሱን ያቀርባል።

ኃዘን

እንደ መሪ ለኃዘን የተጋለጠ ሰው አለ ብሎ ማመን ያስቸግራል። መሪ እንደማንኛውም ሰው ቤተሰብ ያለው በመሆኑ ከዚያ አቅጣጫ ለኃዘን የሚዳርገው ጉዳይ አይጠፋም። ከዚያ ባለፈ ሁኔታ ግን መሪ በጨበጠው ሃላፊነት ውስጥ የሚከሰት ያለመሳካት ሁኔታ፣ ክስረት፣ ከተሳሳቱ ውሳኔዎች የሚመጣ መራራ ፍሬና የመሳሰሉት ሁኔታዎች የመሪን ልቦና በየጊዜው ሊያሳዝኑት ይችላሉ። አንድ በሳል መሪ የሃዘንን ስሜት በሚገባ ሁኔታ ተቆጣጥሯል የሚባለው ስሜቱን አፍኖ በመያዝ በዝምታ "ሲሰቃይ" ሳይሆን ኃዘኑን በአግባቡ ሲገልጽ ነው። በኃዘን ከመሰበር ይልቅ በቂ የኃዘን ጊዜን ለራሱ ሰጥቶ ከዚያ አልፎ መሄድና ወደ "ማንነቱ" መመለስ የበሳል መሪ ባህሪይ ነው።

ፍርሃት

በአመራር ስፍራ ያለ ሰው በብዙ መልኩ ስጋት ይገባዋል። ከሁሉ በላይ በስራውና በአመራሩ ስኬት የማግኘቱና ያለማግኘቱ ጉዳይ ፍርሃትን ወደ ስሜቱ ሊጋብዝበት ይችላል። የፍርሃት ምንጩ ብዙ ነው፡- ስራን የማጣት ፍርሃት፣ ተቀባይነት የማጣት ፍርሃት፣ ተጽእኖ የማጣት ፍርሃት፣ የመክሰር ፍርሃት፣ እና የመሳሰሉት። የፍርሃት ምንጩ ይህም ሆነ ያኛው አንድ መሪ በአመራሩ ስኬታማ ለመሆን ፍርሃትን የማሸነፍና አልፎ የመዝለቅ ልምምድ ያስፈልገዋል። ይህንን ለማድረግ የፍርሃት ስሜት በራሱ ምንም ችግር እንደሌለበት፣ ሁሉም መሪ የሚጋራው ስሜት እንደሆነ ማወቅና ለፍርሃት የሚሰጠው ምላሽ ወሳኝ እንደሆነ መገንዘብ ተገቢ ነው።

መራራነት

መራራነት ራስን መምራት ፈጽሞ ያልሆነለት መሪ የሚደርስበት የዘቀጠ ደረጃ ነው። በግል ሕይወት አለመሳካት፣ በሰዎች ተቃውሞ፣ በእሉባልታ፣ የጠበቁትን ውጤት ባለማግኘትና በመሳሰሉት ሁኔታዎች ምክንያት አንድ መሪ ወደ መራራነት ሊያዘቅጥ ይችላል። መራራነት የብዙ በቁጥጥር ስር ያልዋሉ የስሜት ቀውሶችና ልምምዶች ጥርቅም ነው። በመራራነት የተሞላ መሪ በፍጥነት መፍትሄን ካላገኘ ለሚወርድበት ዝቅታ ወሰን አይኖረውም። የመራራነት አስከፊ ገጽታ አንድ መሪ የስራውን መስክ ቀይሮ ቢሄድም እንኳ ስሜቱ አብሮት የመሄዱ ጉዳይ ነው። በጊዜው ካልተቆጣጠረው በሄደበት ሁሉ የማይስማማ፣ ጠርጣራና ተስፋ ቆራጭ ይሆናል።

ራስን የማሻሻል ዲሲፕሊን

9

"በዚህ ዓለም ውስጥ ልታሻሽለው እንደምትችል እርግጠኛ የሆንክለት አንድ ነገር አለ - እሱም ራስህን ነው"

Aldous Huxley

ታላላቅ መሪዎች ካለማቋረጥ በመማርና ራሳቸው በማሻሻል የታወቁ ናቸው። ለመሻሻል ደግሞ የተማሪነትን መንፈስ እንደያዙ መቆየት ግድ ነው። ራሳቸውን መልካም ተጽእና ለሞላው አመራር የሚያዘጋጁ ሰዎች በደረሱበት ደረጃና እውቀት በፍጹም አይኩራሩም። በምትኩ፣ "ከዚህ በኋላ መድረስ ያለብኝ ደረጃ ምንድን ነው? ምንስ ነገር ማወቅ አለብኝ?" በሚሉት ጥያቄዎች የተሞሉ ናቸው።

መማርና መሻሻል ማቆም አንድ መሪ በራሱ ላይ ሊያደርስ ከሚችላቸው ከባድ በደሎች መካከል ዋነኛው ነው። ራስን በድሎ ሌሎችንም በእርሱ ተጽእና ስር ያሉትን ሁሉ ይበድላል። መሪዎች ከሚያስተምሩ ይልቅ ሲማሩ ነው ለሌሎች ታላቅ ምሳሌ የሚሆኑት። መማርና መሻሻልን ያቆመ መሪ ከሚደርስበት አስከፊ ሁኔታዎች ጥቂቶቹ የሚከተሉት ናቸው።

ኋላ ቀር አመለካከት

በዚህች በፈጣን ለውጥ በተሞላች ዓለም ውስጥ ባሉበት መቆም የሚባል ነገር የለም። የእውቀትና የኢንፎርሜሽን ለውጦች ለሰው እፎታ በማይሰጡበት በዚህ ክፍለ ዘመን ወደ ፊት አለመራመድ ማለት ወደ ኋላ መቅረት ማለት ነው። ከዚህ ጉድለት ለመዳን መሪ የግድ ወደ ፊት መገስገስ ያስፈልገዋል።

በሌሎች ሰዎች መቀየር

አንድ መሪ ራሱን ካላሻሻለ ፈጠነም ዘገየ ከእርሱ በልጦ የተገኘ ሰው እንደሚተካው ሊያስታውስ ይገባል። መሪ የሚለው ቃል በውስጡ ቀድሞ መገኘት የሚለውን ሃሳብ ያካተተ ነው። መሪ ቀድሞ ካልተገኘ ተጽእኖ ወደ ማጣት ዝቅጠት መውረዱ አያጠራጥርም።

በቴክኖሎጂ መቀየር

የዘመኑ የቴክኖሎጂ ፍጥነት ሰዎችን በማሽኖች፣ በኮምፒውተሮችና በተለያዩ ዘመን አመጣሽ ቀላል መንገዶች በመተካት ላይ ነው። ቀድሞ የብዙ ግብረ-ኃይልን ተሳትፎ የሚጠይቅ ጉዳይ አሁን በአንድ ሰው መከናወን ወደሚችልበት ሁኔታ ላይ ደርሷል። ከዚህ ለውጥ ጋር ያልተራመደ መሪ ለመቀየር መዳረጉ አይቀርም።

ከሚመራው ሕብረተሰብ ጋር መራራቅ

መሪ ራሱን እንደ ወቅቱ ሁኔታ ካላሻሻለ ውሎ ሳያድር ከሚመራው ህብረተሰብ ጋር ያለው ክፍተት እየሰፋ መሄዱ እሙን ነው። ጊዜው ሕብረተሰቡ ጣቱን በማንቀሳቀስ ብቻ በዓለም ላይ አለ የተባለን መረጃና እውቀት የሚያገኝበት ጊዜ ነው። የአመራርን "ዙፋን" ብቻ ይዞ ተጽእኖ አመጣለሁ ብሎ የሚያስብ መሪ ተሳስቷል።

እነዚህን ያለመሻሻል ጠንቆች በጥቂቱ ከተመለከትን ወደ አንድ ሃሳብ እንዝለቅ። ከሁሉ በፊት አንድ መሪ በዓለም ላይ ያሉትን እውቀቶች ሁሉ የማወቅ ግዴታውም ሆነ ብቃቱ እንደሌለው በመረዳት መረጋጋት ይገባዋል። መሪ ራሱን ካለማቋረጥ ለማሻሻል ይጠቅሙታል የምንላቸውን ሃሳቦች ሁሉ ለመዳሰስና በዝርዝር ለማስቀመጥ ስፍራ ስለማይበቃን ጥቂት ዋና ዋና ሃሳቦችን እንዳስሳለን።

በእጅ ያለውን እውቀትና ችሎታ ማሻሻል

አንድ መሪ በውስጡ ያለውን እውቀትና ብቃት በፊቱ ላለው ተግዳሮትና መፍትሄን የሚሻ ጉዳይ የማይመጥን ሆኖ ሲያገኘው ለአዲስ እውቀትና አደራረግ ራሱን ክፍት የማድረጊያው ጊዜ እንደደረሰ ማወቅ ይገባዋል። የመሪው በየጊዜው

መሻሻል ተግባሩን ካለማቋረጥ በተሻለ መልኩ እንዲያከናውነውም ብቃትን ይሰጠዋል።

በሠቅሳሳ እሠቀት መብሰል

መሪ ምንም እንኳን በአንድ አቅጣጫ በሚገባ የበሰለበት እውቀት ሊኖረው ቢችልም፣ የተለያዩ አጠቃላይ እውቀቶችን በማዳበር ራሱን ሊያሻሽል ይገባዋል። ይህ አይነቱ መሻሻል ከሚመራው ሕብረተሰብ አመለካከት እንዳይራራቅ ይረዳዋል። በተጨማሪም ነገሮችን የማገናዘብና የማመዛዘን ብቃቱን ይጨምርለታል።

ያለፈበትን እሠቀት በመጣል አዲሱን እሠቀት ማንሳት

አንዳንድ እውቀቶች ዘመን የማይሽራቸው ሲሆኑ ሌሎች ደግሞ በየጊዜው የሚቀያየሩና በአዳዲስ መረጃዎችና ግኝቶች የሚተኩ ናቸው። መሪ ለረጅም ጊዜ ያመነበትንና የያዘውን መንገድ በአዳዲስና ተፈትነው የሚሰሩ ሆነው በተገኙ እውነታዎች ለመተካት ክፍት መሆን ይጠበቅበታል።

ከስህተት መማር

ከስህተት የመማር እርምጃ መሪ በፍጹም ሊዘነጋው የማይገባ የመሻሻያ ጎዳና ነው። አንድ ሰው ተምሮ፣ ሰልጥኖና አንብቦ የማያገኘውን ትምህርት ከስህተት በመማር ያገኘዋል። ሞክሮ ከወደቀበትና ጀምሮ አልሳካ ካለው ሁኔታ ራሱን መለስ በማድረግና በመገምገም ይህ ነው የማይባል ትምህርትና መሻሻል ሊያገኝ ይችላል።

ራስን የማሻሻል ዲሲፕሊን ማንኛውም መሪ እድሜ ልኩን ሊከተለው የሚገባ ጎዳና ነው። ይህ በሚሆንበት ጊዜ መሪው በተግባሩም ሆነ በሕይወቱ ለሚከናወነው ማንኛውም ነገር ሃላፊነትን የመውሰድ ልማድ ውስጥ ይገባል። ይህ አዲስ የሕይወት ዘይቤ ሊዘለቅ የማይችል የእድገት አለም ውስጥ ይከተዋል። በውጤቱም ማንኛውንም ችግር ለመፍታት ክፍት የሆነ ማንነትን ማዳበር ነው። መሪው፣ “አይቻልም” የሚለውን ሃሳብ ማስላሰልም ሆነ መናገርን በማቆም የሚቻልበትን መንገድ የመፈለግ የሕይወት ዘይቤ ውስጥ ራሱን ያገኘዋል። ተቆፍሮ የማያልቅ እውቀትና የመሻሻል ጥልቀት፣ የማይዳፈን የማደግ ጥማት፣ የሕይወት ገጠመኞችን ሁሉ ወደ ትምህርትና ወደ መሻሻል የሚለውጥ የአመለካከት ዘይቤ በሕይወቱ ላይ ሲንሰራፋ መሪው ወሰን የሌለው የእድገት ጎዳና ውስጥ እንደገባ በዚህ ያውቃል።

10

የልማድ ዲሲፕሊን

"ደጋግመን የምናደርገውን ነገር ወደ መሆን እንመጣለን፤ ስለዚህ፣ ጥራት የአንድ ጊዜ ክስተት ሳይሆን የልማድ ጉዳይ ነው"
Aristotle

ልማድ የታላላቅ መሪዎች ወሳኝ መሳሪያ ነው - መልካም ልማድ! ልማድ ማለት አንድን ነገር ለረጅም ጊዜ ከመደጋገማችን የተነሳ ያንን ነገር ማቆም ሲሳነን ማለት ነው፡፡ ልማድ ማለት ካለምንም የውጭ ግፊትና ጉትጎታ የሚፈስስልን ነገር ማለት ነው፡፡ አንድን ሰው ከልማድ ውጪ ምንም አይነት ነገር ማከናወን አይችልም፡፡

የስነ-ልቦና አዋቂዎች፣ 95 በመቶው ባህሪያችን ሳናስብበት የምናከናውናቸው (Automatic) እንደሆኑና 5 በመቶው ባህሪያችን ብቻ አስበንባቸውና ራሳችንን አሳምነን እንደምናደርገው ይናገራሉ፡፡ አብዛኛውን እንቅስቃሴአችንን የሚያዝዘው ልማድ ነው፡፡ ለምሳሌ፣ ጠዋት ተነስተን ከቤት ከመውጣታችን በፊት የምንተገብራቸው እንደ ልብስ መልበስና ሰውነትን ወይም ፊትን መታጠብ የመሳሰሉት ተግባሮች ልማዶች ናቸው፡፡ ለእነዚህ ጉዳዮች ቀጠሮ ሳንይዝና ማንም ሳይገፋን በፍጹም አንስታቸውም - ልማድ!

የተግባር ድግግሞሽና ልማድ

ስኬታማ መሪ ከዋና ግቡና ከሕይወቱ ዓላማ ጋር አብሮ የሚሄድን ልማድ በማዳበር ይታወቃል። ሌላ ጥናት እንደሚያሳስበን፣ ከ21 እስከ 30 ጊዜ ካለማቋረጥ ደጋግመን ያደረግነው ነገር ወደ ልማድ እንደሚለወጥ ነው። አንድ ጊዜ ይህ ድግግሞሽ ልማድ ከሆነ በኋላ ቀድሞ ለማድረግ የምንታገላቸው ነገሮች አሁን ለማቆም ብንፈልግ እንኳ ወደማንችልበት ደረጃ እንደርሳለን - ልማድ!

ከልማድ ውጪ ኑሮ አስልቺ ይሆናል፣ ምክንያቱም ለምናደርጋት ለእያንዳንዷ ተግባር ውሳኔን የማስተላለፍና ራስን የማሳመን ድካም ውስጥ ስለምንገባ ነው። ቀደም ብሎ እንደተገለጸው፣ አስተሳሰቡን የለወጠ ሰው ተግባሩን ይለውጣል፣ የተለወጠ የተግባር ድግግሞሽ ደግሞ ልማድን ይፈጥርና ወደ ስኬት ጎዳና ውስጥ ይጨምረዋል። እንግዲህ ታላላቅ ነገሮችን በማከናወን የታወቁ ሰዎችን ምንም ነገር ሳያከናውኑ ከሚያልፉ ሰዎች የሚለያቸውን እውነት ለይቶ ማወቅ አስፈላጊ ነው። ይህ እውነት ራስን ማስለመድ ይባላል።

ደጋግመን የምናደርገውን ነገር ወደ መሆን የማምጣታችን ጉዳይ የማይቀር ነው። ጥራት የሚመጣው ከአንዳንድ ጊዜ ተግባር ሳይሆን ከማንነታችን ጋር ከተዋሃደ የተግባር ድግግሞሽ ነው። ወደ አንድ መልካምና ውጤታማ ነገር ለመምጣት ያንን ያመንንበትን ነገር ደጋግመን መለማመድ የግድ ነው።

ራስን መግዛትና ልማድ

ራስን ማስለመድ በቀጥተኛ መንገድ ራስን ከመግዛት ጋር ይገናኛል። ራስን መግዛት ማለት በአንድ ጎኑ ማድረግ የማንፈልገውን ነገር ከዋነኛ ዓላማችን ጋር በማይጣጣምበት ጊዜ ያንን የማቆም ትጋትን ማሳየት ሲሆን፣ በሌላ ጎኑ ደግሞ ወደ ግባችን ለመድረስ ስንል ማድረግ የማንፈልገውን መልካም ልምምድ ለመለማመድ መቁረጥ ማለት ነው። እነዚህ ሁኔታዎች ራስን መግዛት ወይም መቆጣጠርን ይጠይቃሉ። አንድን ነገር ለመተውም ሆነ ለመልመድ መጣል የሚገቡን ነገሮች አሉ፤ አንዱን ሳንጥል ሌላውን መጨበጥ አይቻልምና። አዲስን ነገር ለመልመድ አሮጌውን መጣል የግድ ነው። አንድን አሮጌ ነገር ለመጣል ደግሞ አዲስን ልምምድ መጀመርና ራስን ለማስለመድ ያንን አዲስ ነገር መደጋገም አስፈላጊ ነው።

አንድ መሪ ራስን የመግዛትና የማስለመድ ልምምድ ውስጥ ካልገባ ምንም አይነት ችሎታ ቢኖረውም እንኳ መሪ እንደሌለው መርከብ ነው። ብዙ ጉልበት አለው፣ አቅጣጫው ግን አይታወቅም። እውቀት ማለት ማድረግ የምንችልበት የእምቅ ኃይላችን ወይም "የጡንቻችን" መለኪያ እንጂ መደምደሚያው አይደለም። ጥበብ ያንን ጡንቻችንን እንዴት እንደምንጠቀምበት መመዘኛችን ነው። ልማድ ደግሞ ችሎታችንን

በተግባር ላይ በማዋል የመጽናታችን መለኪያ ነው። ማንኛውም እውቀትና ጥበብ ከልማድ ውጪ ባዶ ነው፤ እንዴ ቦግ ብሎ ነድዶ የሚጠፋ ክስተት ይሆናልና።

አስተሳሰብና ልማድ

አስተሳሰብህ የማንነትህ ወፍጮ ነው፤ ወደ ሃሳብህ የምታስገባው ነገር ሁሉ በውስጥህ በሂደት አልፎና ተፈጭቶ ተግባር ሆኖ ይወጣል፤ ተግባሩም ሲደጋገም ልማድ ይባላል። አንድ ሰው ደጋግሞ ሲያደርግ ከሚታየው ነገር ውጪ ሌላ ምን ማንነት አለው? በአጭሩ፣ አንተ የአስተሳሰብህ ውጤት ነህ። በሽተኝነትን እያሰብህ ጤናማ መሆን አትችልም። ብቸኝነትን እያሰላሰልክ ባለወዳጅ ልትሆን አትችልም። የድህነት አመለካከት ተቆጣጥሮህ ባለጠጋነት የማይታሰብ ነው። አዎንታዊዎቹን ሃሳቦች ስላስተናገድክ ብቻ የጠበቅከውን ነገር ታገኛለህ ማለት ሳይሆን፣ አሉታዊው ወይም ጨለምተኛው አመለካከት መልካም ነገር ፊትህ ቢመጣ እንኳ እንዳታየው ስለሚጋርድህ ነው።

በብዙ መልኩ ተሞክሮ እምቢ ያለ ማንነትህ አንተው አስበህበትና ወስነህ እንዲለምድ ስታደርገው ብቻ ነው ወደ እሺታ የሚመጣውና በአስተሳሰብህ ላይ አቋም ውሰድ። ለማይረባ ነገር እምቢ ማለትንና ለመልካም ነገር እሺታን የምትለምደው ያንን ለመልመድ አቋም ስትይዝና ያንን ማሰላሰል ስትጀምር ብቻ ነው። በሌላ አባባል አንተነትህ ለአንተነትህ ብቻ ነው እሺ የሚለውና እዘዘው!!!

ለአንድ ወር ብቻ!!!

የአንድ ወር የቤት ስራ ለአንባቢዬ እንድሰጥ ይፈቀድልኝ። ራስን ለማስለመድ የማትፈልገውንና ምናልባት ከዚህ በፊት ይሳካል ብለህ ያላሰብከውን ነገር ለአንድ ወር እንድትለማመደው ላደፋፍርህ። ለመንደርደሪያ ያህል የሚከተሉትን ልምምዶች ልሰንዝር።

- ለአንድ ወር - ከመኝታህ መነሳት በማትችልበት የማለዳ ሰዓት ተነሳና አንድን ነገር ተግብር፣ አንብብ፣ አስፈላጊ ከመሰለህ ስፖርት ስራ።
- ለአንድ ወር - ሳትበላ ወይም ሳትጠጣ ማለፍ የማትችለውን እንደሱስ የሆነ የምግብ ወይም የመጠጥ ዓይነት ሳትቀምስ እለፍ።
- ለአንድ ወር - ለጤንነት አስጊ ይሆናል ብለህ የምታስበውን ወይም በሃኪም የተነገረህን የምግብ አይነትና መጠን ቀንስ።
- ለአንድ ወር - ያህል በሕይወትህ ያለውን ጤና ቢስ ነው ብለህ የምታስበውን ልማድ ላለማድረግ ተጋደል።
- ለአንድ ወር - በቀን የአንድን መጽሐፍ ቢያንስ 10 ገጽ አንብብ።

- ለአንድ ወር - በየቀኑ ማታ ወደ ቤትህ ስትገባ በኪስህ የተረፈህን ሳንቲም አጠራቅምና መጨረሻ ስንት እንደሚሆን ተመልከት፡፡
- ለአንድ ወር - ከቀጠሮህ 10 ደቂቃ ቀደም እያልክ ተገኝ፡፡
- ለአንድ ወር - ለስራህ፣ ለዓላማህ፣ ለቤተሰብህ ወይም ለጤናህ ጠንቅ ከሆነ ዓይነት ሰው ተለይ፡፡

የጽንአት ዲሲፕሊን 11

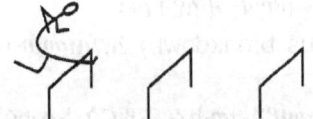

"አንድ ሰው የሚያልቅለት ሲሸነፍ አይደለም፤ የሚያልቅለት በበቃኝ ሲያቆም ነው"

Richard M. Nixon

ጽንአት የሚለው ሃሳብ አጭርና ግልጽ ትርጓሜው፣ ከአንድ ግብ ሳይደርሱ ላለማቆም መወሰን ማለት ነው። ጽንአት ሲወድቁ መነሳትን፣ ሲያቆሙ እንደገና መጀመርንና፣ ነገሮች ሲበታተኑ እንደገና ሰብስቦ ወደ ፊት መገስገስን የሚያጠቃልል አስገራሚ እውነታ ነው። ከጽንአት ውጪ ማንም ሰው ምንም ነገር በዚህ ዓለም ጀምሮ መጨረስ ያስቸግረዋል።

የመሪነት ጎዳና የብዙ ፈተናዎች ጎዳና ነው። መሪ በራእይና በሕልም የተሞላ፣ ፈር-ቀዳጅና ፋና-ወጊ እንደመሆኑ መጠን በፊቱ ብዙ እንቅፋቶች ይገጥሙታል። እንደውም መሪን መሪ ያሰኘው ከሌላው ሰው ወጣ ያሉ ነገሮችን በተለየ መልኩ የማየት የመቅረብና መንገድን የመፈለግ ብቃትን ስላሳየ ነው። ይህ ብቃት ከጽንአት ውጪ አንድም ቀን ውሎ አያድርም።

ቶማስ ኤዲሰን አንዱ የዓለማችን ጽኑ ሰው ነው። አምፖልን ለመፈልሰፍና ተግባራዊ ለማድረግ 10 ሺህ ጊዜ ተስፋ ባለመቁረጥ ሙከራ ካደረገ በኋላ

የተሳካለት ሰው ነው። 10 ሺህኛዋን ሙከራ ሳያደርግ ቢያቆም ኖሮ ዓለም ምን ትመስል ነበር? ይህ አስገራሚ ጽኑ ሰው ግን በውስጡ የታየውን ነገር ከግብ እስኪያደርስ ድረስ ላለማቆምና ላለመተኛት የቆረጠ ሰው ነበር፤ ውጤቱም አማረ።

ሌላየጽነአትምሳሌየታወቀው16ኛውየአሜሪካፕሬዘዳንትአብርሃምሊንከንነው።

- 1818 - እናቱ በሞት ተለየችው።
- 1831 - በንግድ ክስረት አጋጠመው።
- 1832 - የኢሊኖይ ስቴት የሕግ ሰው (Legistlator) ለመሆን ተወዳድሮ ተሸነፈ።
- 1832 - ስራ አጥ ሆነ፤ የሕግ ትምህርት ቤት ለመግባት ሙከራ አድርጎ አልተሳካለትም።
- 1833 - ከጓደኛው ገንዘብን ተበድሮ የጀመረው ንግድ አልተካለትም፤ የሚቀጥሉትን 17 ዓመታት ያንን እዳ በመክፈል አሳለፈ።
- 1835 - ሊያገባት የነበረችው ፍቅረኛው በሞት ተለየችው።
- 1836 - የግራ መጋባት ችግር (nervous breakdown) አጋጠመው፤ ለ6 ወራት ተኝቶ ነበር።
- 1838 - የኢሊኖይ ስቴት አፈ-ጉባኤ ለመሆን ሙከራ አድርጎ አልተሳካለትም።
- 1840 - የምርጫ ቦርድ አባል ለመሆን ሞከረ፣ አልተሳካለትም።
- 1843 - የአሜሪካ ኮንግረስ አባል ለመሆን ሙከራ አደረገ፣ ልተመረጠም።
- 1846 - የኮንግረስ አባል ለመሆን ቢመረጥም በ1848 ድጋሚ ለመመረጥ ባደረገው ጥረት ተሸነፈ።
- 1849 - የላንድ ኦፊሰርነት (land officer) ስራ ለመቀየር ሞክሮ ተቀባይነት አጣ።
- 1854 - የአሜሪካ ሴኔተር ለመሆን ተወዳድሮ ተሸነፈ።
- 1856 - የአሜሪካ ምክትል ፕሬዘዳንት ለመሆን ተወዳድሮ ተሸነፈ።
- 1858 - እንደገና የአሜሪካ ሴኔተር ለመሆን ተወዳድሮ ተሸነፈ።
- 1860 - በመጨረሻ የአሜሪካ 16ተኛው ፕሬዘዳንት ሆኖ ተመረጠ።

ምናልባትም በሃገራችን የተደረጉ ጥናቶች ቢኖሩና ጥርት ባለ መልኩ ቢመዘገቡልን ከዚህ ያላነሰ ጽንአትን አስመስክረው ያለፉም ሆነ አሁንም በማስመስከር ላይ ያሉ ዜጎቻችንና መሪዎቻችን ጥቂት አይሆኑም። ይህ ጽንአት የተሰኘ አስገራሚ ዲሲፕሊን በአንድ መሪ ህይወት ሊካድ የማይችል የስኬት ምንጭ ነው። በጽንአታቸው የታወቁ መሪዎች ብዙ አስገራሚ ባህሪያት አላቸው።

ሲወድቁ መነሳት

በጽንአቱ የታወቀ መሪ ለወደቀበት ለእያንዳንዱ ክስተት መነሳትን አስመዝግቦ ወደ ፊት የሚራመድ ሰው ነው፡፡ መሳሳት፣ መውደቅ፣ መክሰር፣ ግብን አለመምታትና የመሳሰሉት ብዙዎችን ኃያላን የጣሉ ሁኔታዎች ለእሱ የእድገት ምክንያቶች እንጂ የተስፋ መቁረጥ ምንጮች አይደሉም፡፡

ውድቀትን እንደ አንድ ብቸኛ ክስተት ማየት

ወድቀው የሚቀሩ ሰዎች ሲወድቁ ውዳቂ ነኝ ብለው የያሚስቡ ሰዎች ናቸው፡፡ በተቃራኒው ስኬታማ መሪዎች አንድ ውድቀት የእነሱን ማንነት እንዲወስን አይፈቅዱም፡፡ ውድቀትን እንደ አንድ ብቸኛ ክስተትና እንደ ትምህርት እድል ነው የሚቆጥሩት፡፡

አደራረግን መቀየር

ስኬታማ መሪዎች ነገሮችን በአንድ መልኩ ሞክረው አያቆሙም፡፡ ያልተሳካበትን መንገድ በመተው ሁኔታውን በሌላ መልኩ ይቀርቡታል፡፡ ለማከናወን በአይነ-ህሊናቸው ላዩት ነገር መንገድ እንዳለው ጽኑ እምነት አላቸው፡፡

ሃላፊነትን መውሰድ

ተሸናፊ መሪዎች ለተከሰተው ስህተት የሚወቀስ ሰው የሚፈልጉ ሰዎች ናቸው፡፡ በአንጻሩ ስኬታማ መሪዎች ለሰሩት ስህተት ሃላፊነትን የሚወስዱና የተሻለ መንገድን ለመፈለግ የሚነሱ ሰዎች ናቸው፡፡ አንዱ ሌሎችን በመውቀስ ሲረካና ሲያቆም፣ ሌላኛው ሃላፊነትን በመውሰድ መፍትሄ በማግኘት ይረካል፤ ወደ ፊትም ዘልቆ ይሄዳል፡፡

በውስጥ ላይ ማተኮር

አሸናፊ መሪዎች ወሳኙ ነገር በዙሪያቸው የተከናወነው ሳይሆን በውስጣቸው የተከናወነው እንደሆነ ጠንቅቀው ያውቃሉ፡፡ በእነርሱ ዙሪያም ሆነ በእነርሱ ላይ የሆነው ነገር ውስጣቸውን እስካልነካው ድረስ ምንም እንደማይሆኑ ያውቃሉ፡፡ የደረሰባቸው ማንኛውም አስከፊ ሁኔታ በውስጣቸው ያለውን ጽኑ እምነት ካልነካውና ትክክለኛውን ምላሽ መስጠትን ከለመዱ ወደግብ የመድረሳቸው አሸናፊነት ዛላቂነት ይኖረዋል፡፡

የአዎንታዊ አመለካከት ዲሲፕሊን

12

“አዎንታዊ ሰው ጽጌሬዳን አይቶ አበባው ላይ ሲያተኩር፣ አሉታዊ ሰው አበባውን በመዘንጋት እሾሁ ላይ ብቻ ያተኩራል”

Kahlil Gibran

በዓለም የተከናወኑ አስገራሚ መልካም ነገሮችም ሆነ አስከፊ ሁኔታዎች የተጸነሱት በአንድ ሰው ሃሳብ ውስጥ ነው፡፡ መሪ የአስተሳሰቡንና የአመለካከቱን ሂደት መቆጣጠር ከቻለ መቆጣጠር የማይችለው ነገር አይኖርም፡፡ በተቃራኒው ደግሞ የሃሳብ ሂደቱን መቆጣጠር ካልቻለ ምንም ነገር መቆጣጠር አይችልም፡፡ የሁሉ ነገር መጀመሪያ አመለካከት ላይ ነው፡፡

የሚከተለው የተለመደና የሰነበተ አባባል የአስተሳሰብ ወይም የአመለካከት ሂደታችንን አስፈላጊነት ይገልጽልናል፡- “ሃሳብን ዝራ ተግባርን እጨድ፣ ተግባርን ዝራ ልማድን እጨድ፣ ልማድን ዝራ ባህሪይን እጨድ፣ ባህሪይን ዝራ ፍጻሜህን እጨድ”፡፡ ይህ የማያቋርጥ ሂደት ብንወድም ባንወድም በመሪው ሕይወት አለ፡፡

መሪ ካለማቋረጥ አመለካከቱ ከአሉታዊ ወደ አዎንታዊ የሚቀየርበትን ዲሲፕሊን መመስረት አለበት፡፡ አዎንታዊ አመለካከት በአመራር ሂደት ውስጥ ይህ

ነው የማይባል ስፍራና ተጽእኖ አለው። አዎንታዊ አመለካከት መሪው የሁኔታዎችን መልካም ጎን እንዲመለከትና እዚያ ላይ እንዲያተኩር ያደርገዋል።

መሪ ካለማቋረጥ የሁኔታዎችን ጠማማና አሉታዊ ጎን ብቻ ከተመለከተ መፍትሄ ለማግኘት ያለውን የፈጠራ ችሎታ በመግታት የስኬታማነቱን እድል እጅግ ያጠብበዋል። በተቃራኒው አዎንታዊ አመለካከት ስኬትን ያነሳሳል።

አዎንታዊ አመለካከት በተፈጥሮ የሚታደል ስጦታ አይደለም፤ መሪው ራሱን በማስለመድ የሚያዳብረው ልምምድ እንጂ። የስነ-ልቦና ጥናቶች እንደሚያረጋግጡልን ከሁኔታዎችም ሆነ ከሰዎች ላይ ለማየት የተዘጋጀነውን ብቻ ነው የምናየው። በሁኔታው ወይም በሰውየው ላይ ጤና ቢስ ነገር እናገኛለን ብለን ከተጠባበቅንና ከተዘጋጀን ያንን ብቻ የማየት ዝንባሌ ይኖረናል - የምናውም ያንንው ነው። በተቃራኒው የምንጠብቀው ጤናማ ከሆነ፣ ምንም አንኳ ጎዶሎ ሁኔታዎች ቢኖሩም መልካም ጎኑ ላይ የማተኮር ዝባሌ ይኖረናል። ይህ እጅግ በጣም አስፈላጊ እውነታ ነው።

አሉታዊ ነህ ወይስ አዎንታዊ?

- አሉታዊ ስህተትን ይፈላልጋል፤ አዎንታዊ መፍትሄን ያገኛል።
- አሉታዊ ከንፈር የሚመጥለት ሰው ይፈልጋል፤ አዎንታዊ መፍትሄን ይፈልጋል።
- አሉታዊ በሰዎችና በሁኔታዎች ሲፈርድ ይታያል፤ አዎንታዊ ሁኔታዎችንና ሰዎችን ለመቀየር ራሱን ያቀርባል።
- አሉታዊ በእጁ ላይ ስላለው ጥቂት ፍሬ ሲነጫነጭ ይታያል፤ አዎንታዊ ተነስቶ ይዘራዋል።
- አሉታዊ በፊቱ መከራና ውድቀት እንዳለ ያስባል፤ አዎንታዊ የስኬት ዘመንን ወደ መኖር ለማምጣት ይሰራል።

አንድ መሪ አሉታዊውን አመለካከት በመጣል ወደ አዎንታዊው ለመዝለቅ ራሱ ማስለመድና አመለካከቱን ንድፍ መቀየር የግድ ነው። አዎንታዊን ዝንባሌ ያዳበሩ መሪዎች እይታዎቻቸው አስገራሚና ለስኬት አመቺ ናቸው። የሚከተሉትን የአዎንታዊ መሪዎች አመለካከት እንመልከት።

የዛሬ አለመሳካት ዘላቂ እንዳልሆነ ማወቅ

"ጸሃይ የጠለቀችው በአዲስ ሁኔታ ልትወጣልኝ ነው" - Robert Browning

በአዎንታዊ አመለካከት የተሞላ መሪ እይታው ይህ ነው፦ የጠለቀ እንደገና ይወጣል፤ የወደቀ እንደገና ይነሳል፤ የጠፋ እንደገና ይገኛል፤ የተበላሸ እንደገና ይታደሳል።

ነገሮች ከዚህ የከፉ ሲሆኑ እንደሚችሉ ማሰብ

"ሁል ጊዜ የተበላሸውንና የጠፋውን ሳይሆን የተረፈውን አስብ" - Robert H. Schuller

አዎንታዊ መሪ ነገሮች ተበላሽተው እያሉ እንዳልተበላሹ ለማስመሰል አይኑን አይጨፍንም:: በምትኩ እውነታውን ለመጋፈጥ አይኑን ይከፍታል፣ የሚያተኩረው ግን የተበላሸው ላይ ሳይሆን የተረፈው ላይ ነው::

በስሜትና በጊዜአዊ ግምት አለመመራት

"ነገ ዓለም ያከትምላታል ብባልም እንኳ ዘርን ከመዝራት አልመለስም" - Martin Luther

ለአዎንታዊ መሪ ነገር የሚያከትምለት በርግጥም ሲያከትምለት ብቻ ነው:: እስከዚያው ድረስ እንደሚሳካ፣ ሁኔታዎች እንደሚለወጡና ሊሻሻሉ እንደሚችሉ ከማሰብ አያቆምም:: በአሉባልታና ለጊዜው በተናፈሰ መረጃ-ቢስ ወሬ አደራረጉን አይለውጥም፣ ወደ ፊትም ከመገስገስ አይገታም::

የስህተትን አይቀሬነት መቀበል

"አብዛኛዎቹ እርሳሶች ለመጻፊያ ሰባት ኢንች ርዝመት ሲኖራቸው ለማጥፊያ ደግሞ ግማሽ ኢንች ላጲስ አላቸው - አዎንታዊ አመለካከት" - Robert Brault

ከአንድ እርሳስ ጋር አብሮ ማጥፊያ ላጲስን መስራት የአዎንታዊ ሰው እይታ እንጂ የአሉታዊ አይደለም:: አዎንታዊ መሪ ነገሮች እንደተጀመሩ ሊቀጥሉ እንደማይችሉ ያውቃል:: ከዚህ እውቀቱ ጋር ግን የተበላሹ ነገሮች ሊሰረዙና ሊሻሻሉ እንደሚችሉ ጽኑ እምነት አለው::

ክፍል ሶስት
የመሪው ራእይ

የዚህ ክፍል ዋና ዓላማ በአመራር ውስጥ የራእይን አስፈላጊነት ማመላከት ነው፡፡

በዚህ ክፍል ውስጥ የምንመለከታቸው ስድስት ምእራፎች የሚከተሉት ናቸው፡-

13
የራዕይ ጉልበት

"መርከብን ለመስራት ከፈለግህ እንጨት ለቅመው ስራ እንዲሰሩ ሰዎችን አትለምን፤
ከባህር ማዶ ቢሻገሩ ምን አይነት አስገራሚ ነገር እንደሚያገኙ የማየት ጉጉት ፍጠርላቸው፤ ይሰሩታል" - Carl Jung

14
የራዕይ ግልጽነት

"የምናደርገውን ነገር ለምን እንደምናደርገው ግልጽ አድርጎ መናገር እንደማይችል መሪ ተስፋ አስቆራጭ መሪ የለም"
- James Kouzes/Barry Posner

15
የግንኙነትና የመግባባት ብቃት

"የምንናገረውን ነገር ሰዎች ምን ያህል በተሳሳተ መልኩ እንደሚተረጉሙት ብናውቅ በአለም ላይ የሚናገር ሰው ይጠፋ ነበር"
- Johann Wolfgang Von Goethe

16

ግብን ማውጣትና መተግበር

“በአጫጭርና በጊዜአዊ ሽንፈቶች ተስፋ እንዳትቆርጥ ከፈለግህ ረጃጅም ግቦች ይኑሩህ” - Charles C. Noble

17

ሰዓትን በአግባብ መጠቀም

“ከባድ ስራ ማለት ማጠናቀቅ በሚገባህ ሰዓት ሳታጠናቅቅ ያለፍከው ቀላል የነበረ ስራ ማለት ነው” - Bernard Meltzer

18

የራእይ ዋጋ

“የቀስተደመናውን ውበት እያዩ ለመደሰት የዝናቡን አሰልችነት መታገስ የግድ ነው” - Unknown Source

የራዕይ ጉልበት 13

“መርከብን ለመስራት ከፈለግህ
እንጨት ለቅመው ስራ እንዲሰሩ
ሰዎችን አትለምን፣ ከባህር ማዶ
ቢሻገሩ ምን አይነት አስገራሚ
ነገር እንደሚያገኙ የማየት ጉጉት
ፍጠርላቸው፣ ይሰሩታል”
Carl Jung

ሮበርት ውድርፍ (Robert Woodruff) የኮካ ኮላ ፕሬዘዳንት በነበረበት በፈረንጆቹ አቆጣጠር ከ1923-1955 ዓ/ም ውስጥ የነበረው ራእይ የሰው ዘር ባለበት ስፍራ ሁሉ የኮካ ኮላ ምርቶችን ለማድረስ ነበር። ዛሬ ኮካ ኮላ በዓለም ቀንደኛ የለስላሳ መጠጥ አቅራቢ ነው፣ 400 የተለያዩ የመጠጥ አይነቶችን ያቀርባል፣ በ200 አገሮች ውስጥ በአመት 1.5 ቢልየን መጠጦችን ይሸጣል (The Coca-Cola company, n.d.)። ይህ ሁሉ የሆነው ይህ ባለ ራእይ በአይነ-ህሊናው ከማየቱ፣ ይሆናል ብሎ ከማመኑና ለስራ ከመንቀሳቀሱ የተነሳ ነው።

አንድ ማየት የተሳናት ሴት “አይን ሳይኖረው ከመወለድ ሌላ ምን የከፋ ነገር አለ”? ተብላ ለተጠየቀችው ጥያቄ እንዲህ ብላ መለሰች፦ “አይን እያለ የራእይ አለመኖር ነው”። ራእይ ማለት መሪ በውስጡ የሚያየውና ራሱን ፈጽሞ የሚሰጥለት የአይነ-ህሊና እይታ ነው። ተከታዮቹንና የስራ ባልደረቦቹን ይዞ ለመድረስ፣ ለማከናወን

የሚነሳለት ጉዳይ ራእይ ይባላል። ራእይ፣ "ሁኔታዎች ሁሉ ቢሰምሩና ቢሳኩ እንዲህና እንዲያ ሆኖ ማየት እፈልጋለሁ" ከሚለው የውስጥ መነሳሳት ይጀምራል።

ከራእይ ውጪ መሪ ምንም ማከናወን አይችልም፣ ምክንያቱም መሪ ተከታዮቹን ሲመራ ራእይ ደግሞ መሪውን ስለሚመራው ነው። ራእይ ከሌለ መሪ እይታ የለውም፤ መሪ ከሌለ ደግሞ ራእይ እግር የለውም። ሁለቱ ሲገናኙ ግን ከዚህ በፊት ይቻላል ተብሎ ያልታሰበ ታላቅ ነገር ይከናወናል። እንደ እውነቱ ከሆነ ራእይ ከሌለ አመራርም የለም፣ ተከታይም ሊኖር አይችልም። አመራር የሚለውን ቃል በምንም አይነት መልኩ እንተርጉመው፣ በውስጡ ራእይ ከሚለውን ሃሳብ ጋር ሊነጣጠል በማይችል መልኩ ተሳስሮ ይገኛል። መሪ ተከታዮቹን የሚመራው ወደ የት ነው? አንድ የታየና ተከታዮቹም አምነውበት ሊያገኙት፣ ሊገነቡት፣ ወይም ሊደርሱበት የፈለጉት ነገር ከሌለ አመራርም የለም።

ራእይ የሚጀምረው ድርጅቱ ሊደርስበት የሚፈልገው የመጨረሻው ግብ ምንድን ነው? ከሚለው ጥያቄ ነው። ይህንን ጥያቄ በሚገባ መመለስ ራእይን እንድናስተናግድ ይረዳናል። ራእይ ብዙ ጥቅሞች ሲኖሩት፣ የሚከተሉት ጥቂቶቹ ናቸው።

የመሪ እውነተኛ መለዮ

ካመጣው መልካም ተጽእኖ የተነሳ መሪ በሆነውና ስልጣንን ስላገኘ ብቻ ወደ አመራር በመጣ ሰው መካከል ዋነኛው መለያ ራእይ ነው። ስልጣንን መቀበል ለብቻው ራእይን አያመጣም። ራእይ ከሌለ ደግሞ አመራር የለም። ስለዚህ ራእይ፣ "ትክክለኛው መሪ ማን ነው?" የሚለውን ጥያቄ በመመለስ ሂደት ውስጥ ቁልፍ ቦታን ይዞ እናገኘዋለን።

የአቅጣጫ እርግጠኛነት

አንድ ድርጅት ምን ለማከናወንና ወደ የት ለመሄድ እንደፈለገ የሚወስነው ራእይ ነው። ራእይ ከሌለ የአቅጣጫ እርግጠኛነት የለም። ይህ እርግጠኛነት ነው ተከታዮች በውስጥ ግለትና በታላቅ ጉጉት የሚከተሉትን አቅጣጫ የሚያሳያቸው። የድርጅቱ መለዮ፣ ዓላማውና ምን ለማድረግ እንደፈለገ በራእዩ ውስጥ ተከማችቶ ይገኛል።

አቅጣጫ መስመሩን እንዳይለቅ መለኪያ

አንድን ዓላማ ይዞ የሚጓዝ ህዝብ ከዓላማው መውጣቱንና አለመውጣቱን የሚመዝነው ከራእዩ አንጻር ነው። ስለዚህም፣ ራእይ የስኬታማነትና እንዲሁም ዓላማ አቅጣጫውን ይዞ የመሄዱና ያለመሄዱ ዋነኛ መለኪያ ነው ብንል አንሳሳትም። ራእይ ግልጽና መስመሩን የያዘ ሲሆን አቅጣጫም እንዲሁ ይሆናል።

የማይበርድ መነሳሳት

ራእይ በሰራተኞችና በተከታዮች ውስጥ የመነሳሳትን እሳት የማቀጣጠል ጉልበት አለው። ሰዎች ለችግር፣ ለእጦትና ለልመና ከሚሰጡት ምላሽ በበለጠ ሁኔታ ለራእይ ምላሽ ይሰጣሉ። ይህ የሚሆነው ሰው መነሳትና መሄድ የሚያምረው ማየት ሲጀምር ስለሆነ ነው።

ከሚታየው "እውነታ" ባሻገር መመልከት

ራእይ-የለሽ መሪ ካለበትና ከደረሰበት አልፎ ለመሄድ አይፈልግም። ይህ የሚሆነው አይኑ የተተከለው በገሃድ በሚታየው ብቻ ላይ በመሆኑና በአይነ-ህሊናው የሚያየው እይታ ስለሌለው ነው። ባለ ራእይ መሪ ባለበት ሳይወሰን ወደ አዲስ ነገር ለመግባት ይገሰግሳል።ራእይ-የለሽ መሪ አይነ-ስጋው ብቻ የተከፈተና በፊቱ ያለውን ብቻ እንዲያይ የሚገደድ ሰው ነው፤ ባለ ራእይ መሪ ግን አይነ-ህሊናው የተከፈተ በመሆኑ በፊቱ ካሉትና በእጁ ከጨበጣቸው እውነታዎች ባሻገር በማየት ያልማል።

እውነቱ በአጭሩ ሲቀመጥ፣ አንድን መሪ የሚመራውም ሆነ እውነተኛ መሪ መሆኑን የሚያረጋግጠው ብቸኛ መለዮ ራእይ ነው። ይህ ራእይ የተሰኘ እውነታ ሁሉም ሰው ሊያየው የማይችል ጉዳይ ነው። ለዚህ ነው አንድን ራእይ የተሸከመ መሪ ሌሎችም እሱ ያየውን እንዲያዩት የማድረግም ሃላፊነት ያለበት። ሁሉም ራእዩን በቀላሉ ማየት ያለመቻላቸውንእውነታጃንማክስዌልእንዲህሲልይገልጠዋል (Maxwell, 1993, P. 141)።

አራት አይነት ሰዎች

1. አንዳንድ ሰዎች ራእዩን በፍጹም አያዩትም - እነዚህ "ዘዋሪዎች" ናቸው።
2. አንዳንድ ሰዎች ራእዩን ያዩታል ነገር ግን በሰው አነሳሽነት ብቻ ይከተሉታል - እነዚህ ተከታዮች ናቸው።
3. አንዳንድ ሰዎች ራእዩን ያዩታል በግላቸውም ይከታተሉታል - እነዚህ የተግባር ሰዎች ናቸው።
4. አንዳንድ ሰዎች ራእዩን ያዩታል፣ ሌሎችንም ሰዎች ራእዩን እንዲከተሉ ያነሳሳሉ - እነዚህ መሪዎች ናቸው።

የራዕይ ግልጽነት 14

"የምናደርገውን ነገር ለምን እንደምናደርገው ግልጽ አድርጎ መናገር እንደማይችል መሪ ተስፋ አስቆራጭ መሪ የለም"

James Kouzes/Barry Posner

አንድ መሪ ስኬት ላይ የመድረሱ ነገር እውን ሆኖ ማየት ከፈለገ በቅድሚያ ራእዩ ግልጽ መሆኑን እርግጠኛ መሆን የግድ ነው። የደበዘዘ፣ በግልጽ ያልተቀመጠና በውል ቅጡ ያልተለየ ራእይ የትም አይደርስም። በሌላ አባባል የራእይ እውን መሆን የሚወሰነው ወደ ተግባር ከመገባቱ በፊት ራይዩ ግልጽ በመሆኑና ባለመሆኑ ላይ ነው። ግልጽ ላልሆነ ራእይ ምንም አይነት መዋቅር ማውጣት እጅግ አስቸጋሪ ነው። የራእይ ግልጽ መሆን ብዙ ጥቅሞች አሉት። ከእነዚህ ጥቅሞች ጥቂቶቹ የሚከተሉት ናቸው።

ከመዋዠቅ ይጠብቃል

የራእይ ጉዞ እንደ መንገድ ጉዞ ነው፣ በቅድሚያ የት መሄድ እንደተፈለገ ማወቅ የግድ ነው። አንድን ነገር ለማድረግ የመጀመሪያው ደረጃ ምን ማከናወን

እንደተፈለገ ማወቅና መወሰን ነው፡፡ መሪ ገና በሃሳቡ የመጣን እንጭጭና ያልበሰለ ሃሳብ እንደ ራእይ አዋጅ በማስነገር ጉዞን መጀመር አይችልም፡፡ ይህ በአይነ-ህሊናው ያየው ጉዳይ ግልጽነቱ ወሳኝ ነው፣ ምክንያቱም አንድን ነገር ለማከናወን ብዙ ነገሮችን ከመሞከርና ጊዜ ከማባከን ይጠብቀዋል፡፡

ቅድሚያ የሚሰጠውን ነገር ለማወቅ ይረዳል

ራእዩን ግልጽ ሳያደርግ እንቅስቃሴ ውስጥ የገባ መሪ በስራው ላይ የቱን ማስቀደም እንዳለበትና የቱን ማስከተል እንዳለበት የመለያ መለኪያ አይኖረውም፡፡ መሪ ይህንን ራእይን ግልጽ የማድረግ ጉዳይ መስመር ሳያስይዝ ሲራመድ፣ ባወጣው እቅድ መንቀሳቀስ ይቀርና በእለቱ የተከሰቱ የኑሮ ገጠመኞች አቅጣጫውንና ተግባሩን መወሰን ይጀምራሉ፡፡ ድርጅቱም በራእይ መንቀሳቀስ ይቀርና ለአንገብጋቢ ጉዳዮች ምላሽ በመስጠት ላይ የተመሰረተ ሕልውና ይኖረዋል፡፡

ብዙ ከመልፋት በጥበብ ወደ መስራት ያሸጋግራል

የራእዩን ግልጽነት ያላጠራ መሪ አንድ ውጤት ለማግኘት ብዙ የሚለፋ ሰው ነው፡፡ አንድ እርሱ ራሱ እንኳን በግልጽ ያላወቀው ግብ ላይ ለመድረስ ያለውን ገንዘብ፣ እውቀትና ጊዜ ካለማቋረጥ ማፍሰስ ይጀምራል፡፡ በአንጻሩ ወደ የት ለመሄድ እንደፈለገ አጥርቶ ያወቀ መሪ ወደዚያ ግብ ለመድረስ ምን አይነት ብቃትና ችሎታ በእጁ ላይ እንዳለ ለመለየትና የትኛውን መቼ መጠቀም እንዳለበት ለማሰብ መንገድን ያገኛል፡፡

የማያቋርጥ ወጤታማነት ውስጥ ይከትታል

ራእዩን በግልጽ ቀርጾ የጨረሰ መሪ ከሚታይበት የስኬታማነት መለዮ አንዱ በራእዩ ላይ ያለ ከፍተኛ ትኩረት ነው፡፡ አንድን ነገር በመከታተል ጉዞው ብቅ ጥልቅ የሚልና በማድረግ የማይጸና መሪ ራእዩ ግልጽ እንዳልሆነ አመላካች ነው፡፡ ስኬታማነት የሕይወት ዘይቤ ነው እንጂ አንድ ቀን ክንዋኔ አይደለም፡፡ መሪ አንድን ነገር ካለማቋረጥ በማድረግ ነው ወደ ስኬት የሚዘልቀው፡፡ ይህ እንዲሆን የራእይ ግልጽነት ወሳኝ ነው፡፡

ቀደም ተብሎ ለመግለጽ እንደተሞከረው፣ የአንድ ድርጅት ወይም ተቋም ሕልውና ቀጣይነት የሚኖረው ከጀመረበት ዓላማ ሳይወጣ የማያቋርጥ እድገት ውስጥ ሲገባ ነው፡፡ ድርጅቱ የተቋቋበትን ዋነኛና ቀዳሚ ዓላማ ሳይለቅ የመሄዱ ጉዳይ እጅግ አስፈላጊ ነው፡፡ ራእይን ግልጽ አድርጎ ለመዝለቅና ስኬትን እውን ለማድረግ የራእይን፣ የተልእኮንና የእሴትን መግለጫዎች ግልጽ ማድረግ ጠቃሚ ነው፡፡

የራእይ መግለጫ

የራእይ መግለጫ የሚመልሰው ዋነኛ ጥያቄ፣ "የምናደርገውን ነገር የምናደርገው ለምንድን ነው?" የሚለውን ይሆናል፡፡ የራእይ መግለጫ ድርጅቱ ዓላመውንና ግቡን ቢመታ ተከናውኖ ማየት ከሚፈልገው የመጨረሻ ውጤት ጋር የተገናኘ ሃሳብ ነው፡፡ ስለሆነም ስኬታማ የራእይ መግለጫ፣ ለማምጣት የተፈለገውን ለውጥና ውጤት በግልጽ ሊያመላክት ይገባዋል፡፡

የተልእኮ መግለጫ

የተልእኮ መግለጫ የሚመልሰው ዋነኛ ጥያቄ፣ "የምናደርገው ነገር ምንድን ነው?" የሚለውን ይሆናል፡፡ የተልእኮ መግለጫ የሚያተኩረው በራእዩ መግለጫ ላይ የተገለጹት ዋና ዓላማዎች ወደ ፍጻሜና ወደ መከናወን እንዲመጡ የሚወሰዱ ተግባራዊ እርምጃዎች ላይ ነው፡፡ እነዚህ በተልእኮ መግለጫ ውስጥ የሚካተቱ የተግባር እቅዶች ከራእዩ ዋና ዓላማ ጋር አብረው መሄዳቸውን ማረጋገጥ አስፈላጊ ነው፡፡ ስለሆነም የተልእኮ መግለጫ ሲቀረጽ የራእዩን መግለጫዎች ተመርኩዞ በዚያ መሰረት መቅረጽ ተገቢ ነው፡፡

የእሴት መግለጫ

የእሴት መግለጫ የሚመልሰው ዋነኛ ጥያቄ፣ "የምናደርገውን ነገር የምናደርገው እንዴት ነው?" የሚለውን ይሆናል፡፡ የእሴት መግለጫ ሊያተኩር የሚገባው በራእዩ ላይ የተመለሰውን "ለምን?" የሚል ጥያቄ እና በተልእኮው ላይ የተመለሰውን "ምን?" የሚል ጥያቄ በእንዴት አይነት መልኩ እንደሚተገበር ነው፡፡ ስለሆነም ድርጅቱ ለማከናወን የቆመለትን ዋና ዓላማ እንዴት እንደሚከታተልና በዚያም ሂደት ውስጥ ዋጋ ሊሰጣቸው የሚገባቸው፣ እንደ ታማኝነት፣ የስራ ጥራትና ደንበኞችን ማካበት የመሳሰሉ አመለካከቶችና አደራረጎች በዚህ መግለጫ ውስጥ ይካተታሉ፡፡

የግንኙነትና የመግባባት ብቃት 15

"የምንናገረውን ነገር ሰዎች ምን ያህል በተሳሳተ መልኩ እንደሚተረጉሙት ብናውቅ በአለም ላይ የሚናገር ሰው ይጠፋ ነበር"

Johann Wolfgang Von Goethe

ባለፈው ምዕራፋችን የራዕይን አስፈላጊነትና ጉልበት በመጠኑ በመመልከት፣ የአንድን መሪ ስኬታማነት ከሚወስኑ ዋነኛ ነገሮች አንዱ ራዕይ ነው ብለናል። ይህ መሪው በውስጡ ያየው ራዕይ ግን ወደ ሌሎች በተሳካ ሁኔታ እንዲተላለፍ የግንኙነትና የመግባባት ብቃት ወሳኝ ነው። ስለሆነም መሪ የግንኙነት ብርታቱን ማዳበሩ የግድ ሲሆን፣ ይህንን ለማድረግ ደግሞ የግንኙነትንና የመግባባትን መሰረታዊ እውነታዎች መገንዘብ አለበት። (በእንግሊዝኛው ኮሚውኒኬሽን - Communication - ለሚለው ሃሳብ ለዚህ ጥናት እንዲቀለን ግንኙነት ወይም መግባባት የሚሉትን ቃላት በመለዋወጥ ወይም በጋራ እንጠቀማለን)።

ግንኙነት ወይም መግባባት (Communication) ማለት ምን ማለት ነው?

መግባባት ማለት አንድን መልእክት ለመልእክት ተቀባዩ በቃልም ሆነ ቃል-አልባ በሆኑ ቋንቋዎች መልእክቱን ተቀባዩ ሊገባው በሚችል መልኩ ማስተላለፍ ማለት ነው። የግንኙነትን ትርጓሜና ህጐች ማወቅ ከምናስበው በላይ እጅግ አስፈላጊ ነው፤ ምክንያቱም በአለም ላይ የምንተገብራቸው ማንኛውም አይነት ተግባሮች ከሰዎች ጋር መግባባትን የሚያካትቱ ስለሆኑ ነው። አንድ መሪ በራዕዩም ሆነ በአመራር ሂደቱ ውስጥ የሚከናወኑትን ማንኛውም አይነት ተግባሮች ከመግባባት ውጪ ሊያከናውን አይችልም። ስለሆነም በግንኙነትና በመግባባት እውነታዎች መብሰል የግድ ነው።

የግንኙነት መሰረታዊ ሂደቶች

ሃሳብ (Thught)

በመጀመሪያ፣ አንድ ሃሳብ በአስተላላፊው ሰው አእምሮ ውስጥ ይቀመጣል። ይህ የተቀመጠ ሃሳብ፡- መረጃ፣ እቅድ፣ ወይም ስሜት ሊሆን ይችላል።

በቃላት የተዋቀረና የተሳሰፈ ሃሳብ (Encoding)

በመቀጠል፣ ይህ የተቀመጠ ሃሳብ በቃላት ወይም ቃላት-አልባ በሆኑ በሌሎች የአገላለጽ መንገዶች ይተላለፋል።

ሰሚው የተገነዘበበት ሁኔታ (Decoding)

በመጨረሻ፣ ተቀባዩ የተላከለትን መልዕክት በራሱ ልምምድ፣ እይታና ዝንባሌ በመቀየር ይገነዘበዋል።

ሁለቱ የግንኙነት ገጽታዎች

በግንኙነት ወቅት የመልዕክቱ ተቀባይ በሁለት አይነት መልኩ መልዕክቱን ያስተናግዳል።

1. የመልእክቱ ይዘት (Content)፡- ይህ ከአስተላላፊው በቃላትም ሆነ ቃል-አልባ በሆነ ሁኔታ የተላከው መልእክት ነው።
2. መልእክቱ የተላከበት ሁኔታ (Context)፡- ይህ መልእክቱ ሲላክ ላኪው ያሳያቸው ሁኔታዎች፣ የድምጽ ከፍታና ዝቅታ፣ ስሜትና ግንኙነቱን የከበበው ቅድመ ሁኔታ፣ የአሁንና የወደፊት ሁኔታ ነው።

ሁለቱ የግንኙነት መንገዶች

በሁለት መልኩ ከሰዎች ጋር ግንኙነት እናደርጋለን። አንደኛውና የተለመደው የግንኙነት መንገድ በቃላት የሚደረግ ግንኙነት ሲሆን፤ ሁለተኛውና ብዙ ጊዜ የማናስተውለው የግንኙነት መንገድ ቃል-አልባ የሆነ ግንኙነት ነው። ሰባት በመቶው (7%) ብቻ የግንኙነታችን መልእክት ያለው ቃላታችን ላይ እንደሆነ ይታመናል። የቀረው ዘጠና ሶስት በመቶው (93%) መልእክታችን ያለው ሁኔታችን (ቃል-አልባ በሆነው ግንኙነታችን) ላይ ነው። ቃል-አልባ በሆነው ሁኔታችን ከምናስተላልፈው ከዚህ ከዘጠና ሶስት በመቶው (93%) መልእክታችን ደግሞ ሰባ በመቶውን (70%) በፊት ገጽታችን እንደምናስተላልፈው አዋቂዎች ይጠቁሙናል።

በቃላት የሚደረጉ ግንኙነቶች (Verbal Communications)

በአንድ የግንኙነት ሂደት ውስጥ የቃላት ልውውጥ ብቸኛው መንገድ ባይሆንም፣ የተለመደው መንገድ ነው። በቃላት የሚደረጉ ግንኙነቶች በሁለት ሊከፈሉ ይችላሉ።

1. ለአድማጩ ግልጽ ትርጉም የሚሰጡ ቃላት (Denotative Meanings)።

ለምሳሌ፡- "ስራውን አርብ እንድታስረክበኝ እፈልጋለሁ" የሚል ሃሳብ የሰማ ሰው ስራውን የተረከበው ሰኞ ከሆነ አራት ቀን ብቻ እንደቀረው በግልጽ ያውቃል።

2. እንደ አድማጩ ሁኔታ የሚተረጎሙ ቃላት (Connotative Meanings)።

ለምሳሌ፡- "ልጁ በጣም እርቦት ነበር" የሚለውን ሃሳብ፣ ተርቦ የማያውቅ ሰው ሲሰማው፣ "ሄደ ረሃቡን ያስታግሳል" የሚል ትርጉም ሊኖረው ይችላል። በልጅነቱ ብዙ የመራብ ልምምድን ያሳለፈ ሰው ሲሰማው "በረሃብ ሊሞት ነው" የሚል መልእክት ሊኖረው ይችላል።

የእነዚህን በቃላት የሚደረጉ የግንኙነት ገጽታዎች መረዳት ለመሪው ታላቅ የሆነን ግልጽነት ይሰጠዋል። ቃላትን ከአንደበቱ ስላወጣ ብቻ የሚመራቸው ሰዎች እንደሰሙትና እንደተገነዘቡት ከመገመት ይድናል።

ቃላት-አልባ ግንኙነቶች (Nonverbal communiations)

አንድ ሰው "ሶስቱ ግንኙነትን ስኬታማ የሚያደርጉ ዋና ዋና ነገሮች ምንድን ናቸው?" ተብሎ ሲጠየቅ እንዲህ ሲል መለሰ፡- "አንደኛ - የአቀራረብ ሁኔታ፣ ሁለተኛ - የአቀራረብ ሁኔታ፣ ሶስተኛ - የአቀራረብ ሁኔታ"። አንድን ግንኙነት ሙሉ ለማድረግ ከቃላት ውጭ የሆኑ የመልእክት ማስተላለፊያ መንገዶችን መጠቀም አስፈላጊ ነው። የአቀራረብ ሁኔታ የመጀመሪያው የግንኙነት መንገድ ነው።

ከሰዎች ጋር ግንኙነት የምናደርግበት የመልእክት ማስተላለፊያ መንገዳችንና ሁኔታችን ስለማንነታችን ብዙ ይናገራል። ቃል-አልባ የሆነ ግንኙነት

ብዙ እውነታዎችን ያቀፈ ቢሆንም በጥቅሉ ግን በሁለት ሊከፈል ይችላል።

1. የአቀራረብ ሁኔታና ገጽታ

ይህ የሚያጠቃልለው በግንኙነት ወቅት የሚታይ አለባበስን፣ የአይን ግንኙነትን፣ የፊት ገጽታን፣ የሰውነት እንቅስቃሴን፣ የአቋቋም ወይም የአቀማመጥ ሁኔታንና የርቀት ሁኔታን ነው። እነዚህ ሁኔታዎች ቃላት ታከለባቸውም አልታከለባቸውም ለሰሚው የሚያስተላልፉት መልእክት እጅጉን የሰፋ ነው።

2. የድምጽ ሁኔታ

ግንኙነቱ የተካሄደው በቃል ከሆነ የድምጽ ሁኔታ በመልእክቱ ላይ ተጽእኖ አለው። የምንናገረውን ነገር ሰዎች ሲሰሙት ከተናገርንበት የድምጽ ሁኔታ ጋር በማገናኘት ነው የሚገነዘቡት። ለምሳሌ፣ የድምጽ ከፍታና ዝቅታ፣ ቅጥነትና ውፍረት እና የመሳሰሉት።

የማዳመጥ ብቃትን ማዳበር

መስማትና በማስተዋል ማድመጥ ሁለት የተለያዩ ነገሮች ናቸው። ማድመጥ በሁለት ይከፈላል፡- ተሳትፎ የሞላበት ማድመጥ (Active Listening) እና ግድ የለሽነት የሞላበት ማድመጥ (Passive Listening)። ሰዎች በደቂቃ ውስጥ ከ100 እስከ 175 ቃላትን መናገር እና ከ600 እስከ 800 ቃላትን ማድመጥ ይችላሉ (Big Dog Little dog's Performance Jusxtapossition, n.d., Communication & Leadership)። ይህ ጥናት የሚያሳየን እነዚህን የሚያህሉ ቃላትን ለማስተናገድ ሃሳባችንን ሙሉ በሙሉ መስጠት እንደሚጠይቅ፣ ካለዚያ በሚገባ ማድመጥ እንደማንችል ነው። ተሳትፎ የሞላው ማድመጥ አእምሮአችን ከመስመር እንዳይወጣና እንዳይዋዥቅ ያደርገዋል።

ተሳትፎ የሞላው ማድመጥ ማለት በዓላማና ትኩረት በመስጠት ማድመጥ ማለት ነው። መረጃን ለማግኘት፣ የሰዎችን ስሜት ለመገንዘብ፣ ችግርን ለመፍታትና ለመሳሰሉት ክፍት የሆነ ማድመጥ ነው። አድማጩ ለተናጋሪው ቃላትና ስሜት ትኩረት የሚሰጥበት የማድመጥ አይነት ነው።

ይህ አይነቱ የማድመጥ ብቃት ለአንድ አመራር ወሳኝ ጉዳይ ነው። በሚገባ የማያደምጥ መሪ ውሎ ሳያድር በተከታዮቹ ስሜት ውስጥ አሉታዊ ስሜትንና የሞራል ውድቀትን ያስፋፋል። መሪ ስኬታማ አድማጭ እንዳይሆን እንቅፋት ከሚሆኑበት ጉዳዮች የሚከተሉት ዋና ዋናዎቹ ናቸው።

1. የመከራከር ዝንባሌ

መከራከር የሚወድ መሪ ከተናጋሪው በልጦ የመገኘት ዝንባሌ ስለሚያጠቃው የማድመጥ ብቃቱን ይወስድበታል።

2. የችሎታ ማነስ

አንዳንድ መሪዎች የማያደምጡት ብቃቱና ችሎታው ስለሌላቸው ነው። ከቤተሰብም ሆነ ከትምህርት ቤት የማድመጥን ብቃት ሳይማር ያለፈ መሪ የማድመጥን ብቃት ከየትም ሊያመጣው አይችልም።

3. ደካማ ሆኖ የመታየት ፍርሃት

አንዳንድ መሪዎች በዝምታ ማድመጣቸው እንደ ደካማነት የሚታይባቸው ስለሚመስላቸው በተቻለ መጠን ንግግሩን ወጥረው በመያዝ ሃሳብ ተወራውረውና "ስልጣናቸውን" አሳይተው ይጨርሱታል።

ግብን ማውጣትና መተግበር

16

“በአጫጭርና በጊዜአዊ ሽንፈቶች ተስፋ እንዳትቆርጥ ከፈለግህ ረጃጅም ግቦች ይኑሩህ”

Charles C. Noble

በቀደሙት ሁለት ምእራፎች ለማየት እንደተሞከረው ራእይ መሪውን የሚመራው ብቸኛ እውነታ ሲሆን ያንን ራእይ ደግሞ በሚገባ ለተከታዮቹ የማስተላለፍና የመግባባት ብቃት ከመሪው ይጠበቃል። እነዚህ ሁኔታዎች መስመር ከያዙ በኋላ መሪው ግብ ወደ ማውጣት ደረጃ መሸጋገሩ የማይቀር እውነት ነው።

ግብ ስለማውጣት ደረጃዎች በዓለም ዙሪያ የተስፋፉና ተቀባይነት ያገኙ ብዙ አስተምህሮዎች እንዳሉ እሙን ነው። ሆኖም በጣም የተለመደውንና በግልጽነቱ የታወቀውን መንገድ እንመለከታለን። በእንግሊዝኛው ስማርት (SMART) የሚለውን ቃል የመነሻ ፊደሎች (Acronm) በመጠቀም አንድ ግብ የማውጣት ሂደት ምን ምን ደረጃዎች እንደሚያካትት እንመልከት።

S — Specific - አጭርና ግልጽ የሆነ፡፡ አንድን ተግባር ለማከናወን የምናወጣው ግብ ረጅምና የተንዛዛ ከሆነ ለተከታዮች ግራ አጋቢና ተስፋ አስቆራጭ ሊሆን ይችላል፡፡

M — Measurable - ሊመዘን የሚችል፡፡ አንድን ግብ "መመዘን ካልቻልክ መምራት አትችልም" የሚለው አባባል እውነት ነው፡፡ ስለዚህ የምናወጣው ግብ ምንነቱንና ውጤቱን የምንመዝነው ሊሆን ይገባል፡፡

A — Attainable - ሊደረስበት የሚችል፡፡ አንድ ግብ ትልቅ ከመሆኑ የተነሳ ትጋታችንንና ጽንአታችንን የሚፈትን ወይም የሚወጥረን፣ ቀላል ከመሆኑ የተነሳ ደግሞ ሊደረስበት የሚችል ሊሆን ይገባዋል፡፡

R — Relevant - ከዋናው ራዕይ ጋር የሚጣጣም፡፡ የጥቃቅን ግቦቻችን መሳካት ነው የዋናውን ራእይ ፍጻሜ የሚወስነው፡፡ ይህ እንዲሆን ግቦቻችን ሁሉ ከዋናው ራእይ ጋር አብረው የሚፈስሱ መሆናቸውን ርግጠኛ መሆን አለብን፡፡

T — Time-bound - የጊዜ ገደብ ያለው፡፡ ያወጣነውን ዋነኛ ግብና የጊዜ ገደብ ስንከታተል በመካከሉ የግቡን ከመስመር አለመውጣት የሚያሳዩንን የመመዘኛ ነጥቦች ከጊዜ ገደባቸው ጋር ማስቀመጥ ተገቢ ነው፡፡

አንድ መሪ የሚመራውን ድርጅት ወይም ተቋም ካለበት ስፍራ አንስቶ መድረስ ወዳለበት ደረጃ ለመውሰድ ግብን ማውጣ የግድ ነው፡፡ ግብን የማውጣት ልምምድ የተወሳሰበንና ግዙፍ የሆነን ተግባር ከማቀለሉ ባሻገር ተግባሮችን ሳናከናውን ጊዜ እንዳያልፍብንም የምንቆጣጠርበት ብቸኛ መንገድ ነው፡፡

የግል ግብ

የአመራሮች ሁሉ አመራር የሚጀምረው ራስን ከመምራት ነው፡፡ አንድ መሪ የሚመራውን ድርጅት በተሳካ ሁኔታ ወደ ፊት ለማራመድ በቅድሚያ የግል ሕይወቱን የሚያራምድ ሊሆን ይገባዋል፡፡ ይህንን ለማድረግ የሚከተሉትን ጥያቄዎች ሊመልስ ይገባዋል፡፡

1. የት ነው ያለሁት?
2. የት መድረስ ወይም ምን ማከናወን እፈልጋለሁ?
3. መቼ ነው ተከናውኖ ማየት የምፈልገው?

4. እዚህ ግብ ለመድረስ እንደምችል ውስጤ አምኖበታል?
5. እዚህ ግብ ላይ ለመድረስ ሊገጥሙኝ የሚችሉ እንቀፋቶች ምንድን ናቸው?
6. እነዚህን እንቅፋቶች በምን መልኩ ነው የማልፋቸው?
7. ወደዚህ የተሻለ ስፍራ ለመግባት ራሴን በምን መልክ ማሻሻልአለብኝ?
8. ወደዚህ ግብ ለመድረስ ሊያግዘኝ የሚችል ሰው ማን ነው?
9. ከዚህ ግብ የማገኘው ጥቅም ምንድን ነው?
10. በየቀኑ፣ በየሳምንቱ፣ በየወሩና በየዓመቱ ማከናወን ያለብኝ ነገሮች ምንድን ናቸው?

እነዚህን ጥያቄዎች የመለሰ መሪ ለሚመራው ድርጅት ግብን በማውጣትና እቅድን በመዘርጋት ወደ ፊት ለመራመድ የተዘጋጀ መሪ ነው፡፡ ሂደቱ ይህንን ይመስላል፡፡

1. ግብንማውጣት - ስራውንየሚሰራውሰውማን፣የስራውስድርሻምንድንነው? ይህሰው ሊሰራቸው የሚገባውን ዋና ዋና ስራዎች ከቀንገደባቸው ጋር ማስፈር አስፈላጊ ነው፡፡
2. የስራን ቅደም ተከተል መወሰን - የትኛው ግብ የበለጠ አስፈላጊና አጣዳፊ ነው? እያንዳንዱን ግብ እንደ አስፈላጊነቱ መጠናቀቅ ካለበት የቀን ገደብ ጋር ማስፈር አስፈላጊ ነው፡፡
3. የማምገማ ነጥብ ማውጣት - ይህ ሰው ስራውን በሚገባ በማከናወን ወደ ግቡ እየሄደ እንደሆነ በምን ይመዘናል? ስልትን ለመለወጥም ሆነ ለማሻሻል የመመዘኛና የመገምገሚያ ነጥቦችየግድ አስፈላጊ ናቸው፡
4. የውጤታማነት መለኪያ ነጥቦችን ማውጣት - አንድ ስራ በሚገባና በስኬታማ ሁኔታ ሲሰራ ውጤቱ ምን ይመስላል? ጥራትን፣ ብዛትን ወይም የጊዜን ገደብ አስመልክቶ የአንድ ስራ ስኬታማነት የሚለካበትን መንገድ መዘርጋት አለበት፡፡
5. ለድካም ዋጋን መስጠት - ስራውን በሚገባ ሰርቶ ግቡ የደረሰ ሰው ምን ጥቅም ያገኛል? የእረፍቱን ቀን የመምረጥ ነጻነት፣ የስራ እድገት፣ ወይም የደመዎዝ ጭማሪና የገንዘብ ወይም የቁሳቁስ ስጦታ በስራ ለደከሙ ሰዎች ሞራል እጅግ ጠቃሚ ነው፡፡
6. የግብን እንቅፋት ማስወገድ - ሰራተኛው ግቡን እንዳይመታ እንቅፋት ሊሆኑ የሚችሉ ነገሮች ምንድን ናቸው? እነዚህ እንቅፋቶች በሰውየው ቁጥጥር ውስጥ ወይም ከቁጥጥሩ ውጪ ሊሆኑ ስለሚችሉ ይህንን በመለየት አስፈላጊውን እርምጃ መውሰድ የግድ ነው፡፡
7. እንቅስቃሴ ውስጥ መግባት - የወጣውን ግብ ለመተግበር ምንማድረግና ከየት መጀመር አለበት? ስኬታማነት እውን እንዲሆን መንገድን የሚጠርጉ ሁኔታዎችን

ማመቻቸትና የሰው ድጋፍና የቁሳቁሶችን አቅርቦቶች ማደራጀት የግድ ነው።

8. ምስጋናና የዋጋ ክፍያ (Reward) - ግቡ በሚገባ ከተከናወነ ምን አይነት የማበረታቻ ዋጋ መንገድ ተመስርቷል? በጣም ቀላል የሚመስል ነገር ግን ትልቅ ስፍራ ያለውን መንገድ አለመዘንጋት - አድንቆትና ምስጋና።
9. የእርማት እርምጃዎች - የታቀደው ግብ ካልተከናወነ ምን ማድረግ ይቻላል? ሰራተኛው ከግቡ ያልደረሰው አስፈላጊው ብቃትና እውቀት እያለው ከሆነ፣ የማስጠንቀቂያ እርምጃ ተገቢ ነው። ሁኔታው ግን ከብቃት ማነስ ከሆነ አስፈላጊው እርማት ተወስዶ እንደገና እንዲሞክር ማድረጉ ተገቢ ይሆናል።

"ደስተኛ መሆን ከፈለግህ ግብን አውጣና ሃሳብህን በዚያ ግብ እዘዘው፣ ብርታትህን ይፈታዋል፣ ተስፋህንም ያነሳሳዋል"

- Andrew Carnegie

ሰዓትን በአግባብ መጠቀም 17

"ከባድ ስራ ማለት ማጠናቀቅ በሚገባህ ሰዓት ሳታጠናቅቅ ያለፍከው ቀላል የነበረ ስራ ማለት ነው"

Bernard Meltzer

መሪ እንደማንኛውም ሰው በቀን ውስጥ የታደለው 86,400 ሰከንዶችን ወይም 1,440 ደቂቃዎች ወይም ደግሞ 24 ሰዓታትን ብቻ ነው። በአንድ መሪ ላይ ያለው ጫና ግን እነዚህን ቢሰራባቸውም ሆነ ባይሰራባቸው ከማለፍ ፍንክች የማይሉ ሰዓታት ኢምንት ያደርጋቸዋል። በየቀኑ ያለው ውሳኔ የመስጠቱ፣ የስብሰባው፣ ሪፖርት የማንበቢያው፣ ችግርን የመፍታቱና የመሳሰሉት የስራ ድርብርቦሾች ቀኑ እንደ አንድ ደቂቃ ታጥፎ የሄደ እስኪመስል ድረስ በማዋከብ ያሳልፈዋል። መሪ ያለው ምርጫ አንድ ነው - ሰዓትን በአግባቡ የመጠቀምን ዘይቤ ማዳበር! መሪ ሰዓቱን በአግባብ በመጠቀም ሁኔታዎችን ካልመራቸው ሁኔታዎች ራሳቸው የሚመሩት ሰው ይሆናል፤ ውጤቱም የምርታማነትና የስኬታማነት መቀነስ ነው። ስለዚህ ሰዓትን በአግባብ የመጠቀም ብቃት አማራጭ እንደሌለው በመገንዘብ ከዚህ በታች የተዘረዘሩትን መንገዶች ቢከተል ውጤታማነቱ የበዛ ይሆናል።

የተግባር ዝርዝር (Checklist) ማዳበር

በየቀኑ ማከናወን ያለብንን ተግባር እንደ አስፈላጊነቱና እንደ አንገብጋቢነቱ በአጀንዳ ላይ ማስፈር እጅግ አስፈላጊና መተኪያ የሌለው መንገድ ነው፡፡ አንድ መሪ በየቀኑ ምንም እንቅስቃሴ ውስጥ ከመግባቱ በፊት ከ10 እስከ 15 ደቂቃዎች ወይም እንደ ግል ዝንባሌው ጊዜን በመውሰድ የተግባር ዝርዝሩን ማውጣትና ማዋቀር ይገባዋል፡፡ ከዚያ የተሻለው መንገድ ማታ ወደ እንቅልፍ ከመሄዱ በፊት የነገን እቅድ ነደፍ በማድረግ ማደር ነው፡፡ ይህ ንድፍ መከናወን ያለበት በአእምሮ ውስጥ አይደለም፡፡ አንዳንዶች ወረቀት ሲቀላቸው ሌሎች ደግሞ ኮምፒውተር መጠቀም ይመቻቸዋል፡፡ የተለያዩ እንደ ማይክሮሶፍት አውትሉክ (Microsoft Outlook) የመሳሰሉ የኮምፒውተር ሶፍትዌሮች መጠቀም ይህንን ስራ እጅግ ያቀልለዋል፡፡

የተግባር ዝርዝር ማዳበር ውጤታማነታችንን 20 በመቶ እንደሚጨምር ይታመናል፡፡ ከዚያም በሻገር አእምሮአችን ላይ የምንሸከመውን ብዙ ተግባሮችን የማስታወስ ጫና በማቃለል ጭንቀትንና ድካምን ያስወግድልናል፡፡ ይህ የተግባር ዝርዝር ከወጣ በኋላ ቅደም ተከተሉን በመለየትና በማዋቀር ለተግባር መዘጋጀት ጠቃሚ ነው፡፡

የ80 በ20 መርህ

በፈረንጆቹ አቆጣጠር 1897 ቪልፍሬዶ ፓሬቶ የተሰኘ ጣሊያናዊ ኢኮኖሚስት በ19ኛው ክፍል ዘመን በእንግሊዝ ውስጥ ያለው የብልጽግና ሁኔታና ሃብት በማን እጅ እንዳለ ጥናት ሲያደርግ አንድን እውነት አገኘ፡፡ በእንግሊዝ ውስጥ የነበረው አብዛኛው መሬትና የገንዘብ ገቢ ጥቂት በሆኑ ዜጎች እጅ እንዳለ ተገነዘበ፡፡ እንደውም ጠለቅ ብሎ ሁኔታውን ሲያጠናው፣ 20 በመቶው የአገሩ ህዝብ 80 በመቶውን የአገሪቱን ሃብት በቁጥጥሩ ስር እንዳደረገና እንደሚያንቀሳቅስ ተረዳ (Fresh Business Thinking, February 24, 2010, Let Pareto Be your Coach In 2010!)፡፡

ይህ ግኝት የፓሬቶ መርህ ወይም የስሚኒያ በሃያው መርህ በመባልም ይታወቃል፡፡ ለምሳሌ የሚከተሉትን የዚህን መርህ ምሳሌዎች ናቸው በመባል የሚታወቁትን ነጥቦች እንመልከት፡፡

- 20 በመቶው ወንጀለኛ 80 በመቶውን ወንጀል ይሰራል፡፡
- 20 በመቶው ሹፌር ለ80 በመቶው የመኪና አደጋ ተጠያቂ ነው፡፡
- 20 በመቶው ባለትዳር 80 በመቶውን ፍቺ ይፈጽማል
- 20 በመቶው መንገድ 80 በመቶውን መኪና በማስተናገድ ይጨናነቃል፡፡

- 20 በመቶው ደንበኞችን 80 በመቶውን እቃ ይገዛናል፡፡
- 20 በመቶው ልብሶቻችንን 80 በመቶ ጊዜ እንለብሳቸዋለን፡፡
- 20 በመቶው የመጽሐፍ ክፍል 80 በመቶውን ቁም ነገር ይይዛል፡፡

እንዲህ እየተባለ ብዙ መዘርዘር ይቻላል፡፡ ዝርዝሩን የማሳደጉን ጉዳይ ለአንባቢዬ ተውት በማድረግ ይህ 80 በ20 የተሰኘውን መርህ በመሪው ሕይወት ትኩረት ሊሰጠው የሚገባ ጉዳይ መሆኑ ላይ ላተኩር፡፡ ለምሳሌነት ያህል የሚከተሉትን ሰዓቶቻችንን በመውሰድ የታወቁ ሁኔታዎችን እናጢን፡፡

የቀን ውሎአችንን አስመልክቶ

80 በመቶ ጊዜአችንን ዓላማችን ባለበትና ወደ ግባችን በሚያራምደን ነገር ላይ፣ 20 በመቶውን ጊዜአችንን ደግሞ ከዚያ ባነሱ ነገሮች ላይ ማሳለፍ፡፡

ሰዎችን አስመልክቶ

80 በመቶው ጊዜአችንን ከዓላማችን ጋር ከሚራመዱ፣ ከሚወዱን፣ ከሚቀበሉንና ከሚደግፉን ሰዎች ጋር፣ 20 በመቶው ጊዜአችንን ደግሞ ስለእኛ ብዙም ግድ ከማይላቸው ሰዎች ጋር ማሳለፍ፡፡

የምናነባቸውን መፃሕፍት አስመልክቶ

80 በመቶው የምናነባቸው መፃሕፍት ከዛሬው ስራችን ጋር የተያያዘን ብቃታችንን የሚያሳድጉና መሆንና ማድረግ ከምንፈልጋቸው የወደፊት ራዕዮቻችን ጋር የተያያዙ፣ 20 በመቶው መፃሕፍት ደግሞ ለመዝናናትም ሆነ ለተለያዩ መረጃዎችና ምክንያቶች የምናነባቸው መፃሕፍት ቢሆኑ ስኬት ይሰፋል፡፡

በአጣዳፊውና በአስፈላጊው መካከል መለየት

በየዕለቱ የመሪውን ጊዜ፣ ጉልበትና ትኩረት የሚፈልጉ ብዙ ተግባሮች አሉ፡፡ አንድ መሪ ጊዜውን በሚገባ ለመጠቀም ጥያቄ ያቀረበውን ተግባር ሁሉ ማስተናገድ አይገባውም፡፡ በምትኩ በአስፈላጊውና በአንገብጋቢው መካከል መለየት ይገባዋል፡፡ ብዙውን ጊዜ የመሪን ጊዜ የሚወስደው ራሱን እንገብጋቢና አጣዳፊ አድርጎ የቀረበ ጉዳይ ነው፡፡ የመሪው ትኩረት ግን አጣዳፊ ከሚመስለው ተነስቶ አስፈላጊ በሆነው ጉዳይ ላይ ማረፍ አለበት፡፡ ይህንን እውነት የሚያጠናክሩ አስፈላጊ ነጥቦችን ጆን ማክስዌል አስፍሯል (Maxwell, 1993, P. 23)፡፡

- በጣም አስፈላጊ / በጣም አጣዳፊ - ይህ ተግባር አንድ መሪ ከሁሉ

ሊያስቀድመው የሚገባ ተግባር ነው።

- በጣም አስፈላጊ / ብዙም የማያጣድፍ - ይህ ተግባር አንድ መሪ በሁለተኛ ደረጃ ለማከናውን ቀን ገደብ ሊያወጣለት የሚገባ ተግባር ነው።

- ብዙም የማያስፈልግ / በጣም የሚያጣድፍ - ይህ ተግባር አንድ መሪ ትርፍ ጊዜውን ወስዶ በፍጥነት በማጠናቀቅ ወደ ሌሎች አስፈላጊ ጉዳዮች ዘወር ሊልበት የሚገባ ተግባር ነው። ቢቻል ሌሎች እንዲሰሩት ሰዎችን መመደብ አስፈላጊ ነው።

- ብዙም የማያስፈልግ / ብዙም የማያጣድፍ - ይህ ተግባር አንድ መሪ በፍጹም እጁን ሊያስገባበት የማይገባ የተግባር አይነት ነው። ሌሎች ሊሰሩ የሚችሉ ሰዎችን በመመደብ ሊከናወኑ የሚገባቸው ተግባሮች እዚህ ይመደባሉ።

"ለነገ" የሚልን አመለካከት ማስወገድ

ስራን ለነገ የማስተላለፍ ሁኔታ ብዙ መሪዎች የሚታገሉት ችግር እንደሆነ ይነገራል። ሰዓትን በቅጡና ስኬታማ በሆነ መልኩ ለመጠቀም ግን ይህ ልማድ ሊወገድ ይገባዋል። መፍትሄው የሚጀምረው "ለነገ" እንድንልና ስራውን ሳናከናውን እንድናልፍ የሚያደረጉንን እንቅፋቶች በማስወገድ ነው። መሪው የሚከተሉትን የተለመዱ እንቅፋቶች በማጤን መፍትሄ ሊፈልግላቸው ይገባል።

- "ትክክለኛው" ስሜት እስኪመጣ ድረስ መጠበቅ፡- አንድ መከናወን ያለበት ተግባር ከመሪው የመስራት ስሜት ወይም "ሙድ" ጋር በፍጹም ሊያያዝ አይገባውም።
- "ትክክለኛው" ሰዓት እስኪመጣ መጠበቅ፡- አንድን ስራ የመስሪያው ትክክለኛ ሰዓት ለስራው የተመደበለት የቀን ገደብ መሆን አለበት። ከዚያ ውጪ የሚመጣ ምንም ትክክለኛ ሰዓት የለም።
- ግልጽ ያልሆነ ግብ፡- የአንድ ተግባር ግብ በግልጽ ካልተጻፈና ካልታወቀ ለነገ በማስተላለፍ ነገሩን ማለፍ እንዲቀል ያደርጋል።
- የስራውን ከባድነት መፍራት፡- አንድ ተግባር ከበድ ያለ፣ የተወሳሰበና ጊዜንና ትኩረትን የሚጠይቅ ሲሆን ለነገ ማስተላለፍን እንድንመርጥ ይገፋፋል።
- የጊዜ ማጣት፡- አንድ ተግባር አስፈላጊነቱና አጣዳፊነቱ በጣም ካልታመነበት፣

ጊዜ የለኝም የሚለው ምክንያት ያሸንፍና ስራው ለነገ ይተላለፋል።

- የስኬት ማጣት ስጋት፡- አንድ ተግባር የማይሳካ ሲመስለንና ሁኔታውን መጋፈጥ ሲሳነን ለነገ ማስተላለፉን ቀላል ሆኖ እናገኘዋለን።
- ፍጹማዊነት፡- ሁሉም ነገር ካለምንም እንከን መከናወን አለበት፡ብሎ የማሰብ ፍጹማዊነት ያ "ፍጹም" የሆነ ምቹ ጊዜና ሁኔታእስኪከሰት ድረስ ስራውን በማስተላለፍ እንድንከርም ሊያደርገን ይችላል።

እንግዲህ እነዚህንና መሳሰሉትን "ለነገ" የሚልን አጉል ባህሪይ የሚያዳብሩ ችግሮችን በመለየት መፍትሄ የመፈለግ ሃላፊነት በመሪው ጫንቃ ላይ ነው።

የራእይ ዋጋ 18

"የቀስተደመናውን ውበት እያዩ ለመደሰት የዝናቡን አሰልችነት መታገስ የግድ ነው"

Unknown Source

አንድ ራእይ በአይነ-ህሊና ማየት ለማንም የተሰጠ ነጻ ስጦታ ነው፤ ራእዩን ጥግ ለማድረስ ግን ዋጋ የሚያስከፍል ጉዳይ ነው። ታላላቅ ራእዮችን ከግብ ያደረሱ መሪዎች ያንን ያደረጉት ልዩ ፍጡራን ስለሆኑ አይደለም፣ ራእዩ የሚጠይቀውን ዋጋ ለመክፈል ፈቃደኞች ስለሆኑ ነው። የታወቁ የአገር መሪዎች፣ ታላላቅ የንግድ መረቦችን የዘረጉ ሰዎችና በህብረተሰቡ መካከል የአመለካከት ለውጥን ያመጡ ሰዎች ለሰሚው ማመን የሚያስቸግር ዋጋን ከፍለው ነው እዚያ የደረሱት።

መሪ ወደታየው ታላቅ ፍጻሜ ሲገሰግስ በመንገዱ ላይ የተለያዩ እንቅፋቶችን ማለፍ አለበት። የሚከተሉት ነጥቦች ጥቂቶቹን ያስታውሱናል።

የአስመታመን ዋጋ

ይህ ዋጋ ታላላቅ መሪዎች ከፍለውት ያለፉ የመጀመሪያ ተግዳሮት ነው፡፡ ታላላቅ አመለካከትና እይታ ያላቸው መሪዎች የሚታያቸውም ታላላቅ ነገር በመሆኑ ካሉበት እይታ ለመውጣት ፍላጎት በሌላቸው ሰዎች አንደበት አሉታዊ መልእክቶችን ሊሰሙ ይችላሉ፡፡ “ይህ ነገር ከዚህ በፊት ተሞክሮ አያውቅም፤ ይህ ሰው እንዴት ይህንን ነገር ማከናወን ይችላል?” እና የመሳሰሉት ተስፋ አስቆራጭ ድምጾችን መስማት ተለመደ ነው፡፡ የመሪው ልብ ግን ከተመለከተው የከበረ ፍጻሜ ላይ መነሳት የለበትም፡፡

የሚፈሩትን ነገር የመጋፈጥ ዋጋ

መሪ ፋና-ወጊና የአዳዲስ ነገሮች ፊር-ቀዳጅ በመሆኑ፣ ያልተሞከሩ ነገሮችንና ከዚህ በፊት ተሞክረው አይቻልም የተባለላቸው ነገሮች የመነካካት መነሳሳት ያለው ሰው ነው፡፡ ሁኔታውም የተለያዩ የፍርሃት ምንጮችን ሊያፈልቅ ይችላል፡፡ “ባይሆንስ . . . ባይሳካስ . . . ተጀምሮ ቢቆምስ . . . ተቃውሞ ቢበዛስ . . . ብክስርስ” - የፍርሃት ምንጩ ብዙ ነው፡፡ ቁርጠኝነት ያለው መሪ ግን የድፍረት ህይወት ማለት ፍርሃት-የለሽ ህይወት ማለት ሳይሆን ፍርሃትን አልፎ መሄድ ማለት እንደሆነ ጠንቅቆ ያውቃል፡፡

ብዙ የመስራት ዋጋ

መሪ በርግጥም መሪ ለመሆን ቀደም ብሎ መገኘትና መራመድ ይጠበቅበታል፡፡ ሰው ሲተኛ ማለዳ መነሳት፣ ሌላው ሰው ሲጫወት እሱ ማጥናት፤ አንዳንዱ ሰው ተራ ወሬ ሲያወራ እርሱ እቅድ ማውጣት የትጉ እና ዋጋን ሁሉ ከፍሎ ለመዝለቅ የወሰነ መሪ ምልክቱ ነው፡፡ ይህ አይነቱ መሪ የኋላ ኋላ ዋጋን ለማግኘት በቅድሚያ እሱ ዋጋን መክፈል እንዳለበት ራሱን ያሳመነ መሪ ነው፡፡ ይህም አመለካከቱና ማንነቱ ወደ ግቡ እንዲፈጥን ከማድረጉ በላይ ለብዙዎች ምሳሌ በመሆን ትጉዎችን የማፍራትን እድል ይሰጠዋል፡፡

ከግባቸው ለመድረስ ማንኛውንም ዋጋ ለመክፈል የተዘጋጁ መሪዎች ከሌሎቹ በሆነ ባልሆነው የማቆም ዝንባሌ ካላቸው የሚለዩባቸው መለዮዎች አሉ፡፡ እነዚህ መሪዎች ይህ ነው የማይባል የልብ መነሳሳትና “መቃጠል” አላቸው፡፡ ችግርን ላለመጋፈጥ ሲሉ በለመዱትና በተመቻቸላቸው ሁኔታ ከመቆየት ይልቅ የሚያስፈልገውን ዋጋ ከፍለው ወደተሻለ ነገር የመግባት ጽኑ ፍላጎት አላቸው፡፡ “ምን አስጨነቀኝ፣ ምን አጋፋኝ፣ ለምን አርፌ አልቀመጥም” የሚሉ አመለካከቶች እንዲወርሷቸው በፍጹም አይፈቅዱም፡፡

እነዚህ መሪዎች በሕልማቸው ጅማሬና በፍጻሜው መካከል ብዙ ተግዳሮቶች እንዳሉ በመገንዘብ ከተደላደሉበት ምቹ ስፍራ በመውጣት ወደሚቀጥለው ስኬት የመዝለቅ እይታ ውስጥ የገቡ መሪዎች ናቸው፡፡ መለዮአቸውም ይህንን ይመስላል፡-

በፍጹም አለማቆም

ከዛሬው ልፋትና ድካም ባሻገር ዘልቆ የመሄድ ምስጢር የገባው መሪ "ማቆም" የሚለውን ቃል ከመዝገበ ቃላቱ ያወጣ ሰው ነው። ማቆም ማለት የድርጊት ጉዳይ ሳይሆን የማንነት ጉዳይ እንደሆነም ያውቃል። አንድ መሪ ግብን የመከታተል ተግባር ከማቆሙ በፊት በመጀመሪያ መሪው ራሱ ነው የሚቆመው። ሌሎች መሪዎች፣ "ሰዎች አላመኑብንም ስለዚህ እናቁም" ሲሉ እሱ ግን "ሌሎች ባያምኑብኝ በራሴና በታየኝ ነገር አምናለሁ" በማለት ወደ ፊት ይገሰግሳል። ሌሎች፣ "ይህ ነገር ረጅም ጊዜ ፈጀ ሲሉ" እርሱ "ግን በየቀኑ ወደ ግባችን እየተጠጋን ነው" በማለት ይዘልቃል። ሌሎች "ብዙ ለፋን፣ አሁንስ ይበቃናል" ሲሉ፣ እርሱ ግን "ረጅም መንገድ ስለመጣሁ መመለስ አልችልም" በማለት ይገሰግሳል።

ሲወድቁ ተነስቶ መቀጠል

ቀደም ባለው ምእራፋችን እንደተመለከትነው፣ ቶማስ ኤዲሰን አምፖል ለመፈልሰፍ ብዙ ሙከራ አድርጎ ከከሸፈበት በኋላ በ10 ሺህኛውን ሙከራ ነው የተሳካለት። ይህ የጠንካራ መሪ ባህሪይ ካልሆነ ሌላ ምን ሊሆን ይችላል። ይህ ምስጢር የገባው መሪ የአንድ ነገር አለመሳካት እሱን ስኬተ-ቢስ እንደማያደርገው፣ በአንድ ሙከራ መውደቅ ደግሞ እርሱን ውዳቂ እንደማያደርገው ያውቃል። አለመሳካት፣ ውድቀት፣ ስህተትና የመሳሰሉት ሁኔታዎች የአንድና የሁለት ጊዜ ክስተቶች እንጂ የማንነትን ትርጉም የሚቀይሩ የኑሮ ዘይቤዎች እንዳልሆኑ ይህ መሪ ጠንቅቆ ያውቃል።

ሁሉ ነገር መስመር እስኪይዝ አለመጠበቅ

አንዳንድ መሪዎች አንድን ነገር ለማከናወን ወይም በጀመሩት ፍጥነት ለመቀጠል ስሜታቸው የጋለና የሞቀ እስኪሆን ይጠብቃሉ። ሌሎች መሪዎች ደግሞ በሰው ሁሉ ተቀባይነትን ካላገኙ ፍንክች አይሉም። ከዚያም ባሻገር የሰዎች አመለካከት እስኪቀየር፣ ሁኔታዎች እስኪሳኩ፣ የተጠበቀው ገንዘብ ሙሉ በሙሉ እስኪገኝና የመሳሰሉትን አይነት ሁኔታዎች በመጠበቅ ጊዜን የሚያሳልፉ መሪዎች ከግባቸው የመድረሳቸው ጉዳይ እጅጉን አሳሳቢ ነው። ስኬታማ መሪ ግን እነዚህ ሁኔታዎች በትክክል እንደተጠበቁት ያለመሆናቸው ጉዳይ ዋጋ የመክፈሉ ሂደት አካል እንደሆነ በማወቅ ይራመዳሉ።

ክፍል አራት
በአመራር ብቃት መብሰል

የዚህ ክፍል ዋና ዓላማ መሪው በአመራር ብቃቱ
ለመብሰል የሚያስፈልጉትን እውነታዎች መጠቆም ነው፡፡
በዚህ ክፍል ውስጥ የምንመለከታቸው ስድስት ምእራፎች
የሚከተሉት ናቸው፡-

19
መልካም ተጽኖን የማምጣት ምስጢር

"ለዘመናችን የሚሆነው ብቸኛ የአመራር ስኬት ቁልፍ፤ ተጽእኖ እንጂ ስልጣን
አይደለም" - Kenneth Blanchard

20
ለውጥን በጥበብ መያዝ

"መኖር መለወጥ ነው፤ ፍጹምነት ደግሞ አሁንም አሁንም መለወጥ!"
- John Henry Newman

21
ስብሰባዎችን አጠቃቀም

"የስብሰባዎች ብዛት የተበላሸ አደረጃጀት ምልክት ነው፡፡
የስብሰባዎች ብዛት ባነሱ ቁጥር የአካሄድ ጤናማነት ምልክት ነው"
- Peter Drucker

22
ውሳኔን የማስተላለፊያ ደረጃዎች

"ውሳኔን እንደማስተላለፍ አስቸጋሪ እና እጅግ ውብ የሆነ ነገር የለም"
- Napoleon Bonaparte

23
አለመግባባትን መፍታት

"ልዩነትና አለመግባባት የማይቀሩ ጉዳዮች ናቸው፣ ጦርነትና ጸብ ግን የምርጫ ጉዳይ ነው" - Max Lucado

24
ከስህተት መማር

"በፍጹም ስህተትን ሰርቶ የማያውቅ ሰው አንድንም ነገር ሞክሮ የማያውቅ ሰው ነው - Albert Einstein

መልካም ተጽኖን የማምጣት ምስጢር 19

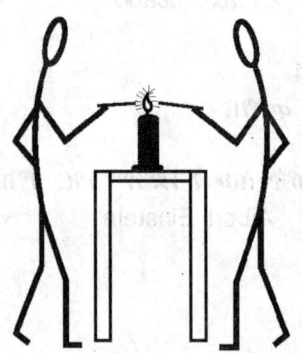

"ለዘመናችን የሚሆነው ብቸኛ የአመራር ስኬት ቁልፍ ተጽእና እንጂ ስልጣን አይደለም"

Kenneth Blanchard

በዚህ ዓለም ላይ አንድን ነገር ማድረግ የማይፈልግን ሰው በግድ ማስደረግ የሚችል ሌላ ሰው አለ ብሎ ማመን አስቸጋሪ ነው፡፡ አንድን ማድረግ የማይፈልገውን ነገር ለማድረግ ለጊዜው ከሚያገኘው ጥቅም፣ ወይም ከሌሎች ከሚመጣ ግፊት የተነሳ የሚታዘዝ ቢመስልም እንኳ በውስጡ አመጽን አምቆ ይኖራል፡፡ ይህ ሰው ራሱን ቅንነት ለሞላው ተሳትፎ እንዲሰጥና የሚያደርገውን ነገር አምኖበት ወደ ማድረግ እንዲመጣ ቁልፉ አንድ ነው፡- "መልካም ተጽእኖ ማምጣት"፡፡ ለዚህ ነው በአንድ መሪ ስር ሆኖ በፍጹም ልግመኛ የነበረ ሰው ሌላ መሪ ሲያገኘው የተነሳሳና ምርታማ ሆኖ የሚገኘው - መልካም ተጽእኖ! የብዙ መሪዎች ግራ መጋባትም ያለው እዚህ ላይ ነው፡፡ ድርጅቱ ወይም ተቋሙ በሰጣቸው ስልጣን በመጠቀም ምርትንም ሆነ ውጤታማነትን ለመጨመር ሰዎችን ማስገደድ፣ ማስፈራራትና ኃይልን መጠቀም ሲጀምሩ ጭራሽ የሰዎች ልብ

እየተንሸራተተ ሲያገኙት ግር ይላቸዋል። እነዚህ መሪዎች ከማንኛውም ኃይል የበለጠ ኃይል ተጽእኖ የማምጣትና የማነሳሳት ብቃት እንደሆነ ማስታወስ ይኖርባቸዋል።

በማንኛውም የአመራር ተቋም ውስጥ ሁለት አይነት መሪዎች ይገኛሉ። አንደኛው መሪ በድርጅቱም ሆነ በሌሎች በድርጅቱ ላይ የተሰሚነት ድምጽ ባላቸው ሰዎች በመሾም የስልጣን አመራር ስፍራ የያዘው ሰው ነው። ሌላው መሪ ግን ምንም ስልጣን ባይሰጠው እንኳ በተከታዮቹ ላይ ካለው ተጽዕኖ የተነሳ ሰዎች እንደመሪ የሚያዩት ሰው ነው።

በመጀመሪያ የጠቀስነው አይነት መሪ ምንም እንኳን ስልጣኑ ቢኖረውም ጤናማ የሆነን ተጽዕኖ ካላመጣ በስልጣኑ ላይ እንዳለ ድርጅቱን ሌላ ሰው ሲያሽከረክረው ሊታይ ይችላል። በሌላ አባባል፣ አንድን መሪ ራሱን መሪ ነኝ ብሎ ስለሰየመ ወይም ደግሞ ሌሎች በድምጽ ብልጫ ስለመረጡትና መሪ ነው ብለው ስለተናገሩለት ብቻ ሰዎች አይከተሉትም። በሁለተኛ ደረጃ የጠቀስነው አይነት መሪ ደግሞ ምንም እንኳ ስልጣን ተሰጥቶት የአመራርን ቦታ ባይረከብም በማህበሩ መካከል ካለው ጤናማ ተጽዕኖ የተነሳ ሰዎች ሁሉ ወደ እርሱ ዘወር የሚሉለትና የሚሰሙት ሰው ነው። መመለስ ያለበት ጥያቄ - ተጽዕኖን እንዴት ማምጣት ይቻላል?

አንድ መሪ በተከታዮቹ ላይ ተጽእኖ ለማምጣት የሚከተሉትን ሶስት እውነታዎች ሊለማመድ የግድ ነው።

በስራው ላይ ባለ እውቀት መምራት

መሪ ሁሉን ነገር ያውቃል ወይም ማወቅ አለበት ብሎ ማመን በፍጹም የማይታለም ነው። ሆኖም፣ መሪ በሚመራው ተቋም ዙሪያ በቂ እውቀት ቢያዳብር ተጽእኖውን የሰፋ ያደርገዋል። መሰረታዊ እውቀት የጎደለው መሪ ዘወትር በሌሎች ሰዎች እውቀት ተደግፎ ከመኖሩም በላይ በሚሰራው ስራ ዙሪያ ውጤታማነትን ለመገምገም እንኳ መሰረታዊ ብቃት አይኖረውም። ስለእውቀትና ተጽእኖ ግንኙነት ካነሳን አይቀር የሚከተሉትን አራት አይነት ሰዎች ማስታወሱ ጠቃሚ ነው።

- የማያውቅ እና እንደማያውቅ የማያውቅ:- እንዲህ አይነቱ ሰውሞኝ ነውና አትከተለው።
- የማያውቅ እና እንደማያውቅ የሚያውቅ:- እንዲህ አይነቱ ሰውያልበሰለ ነውና አስተምረው።
- የሚያውቅ እና እንደሚያውቅ የማያውቅ:- እንዲህ አይነቱ ሰውያንቀላፋ ኃያል ነውና ቀስቅሰው።
- የሚያውቅ እና እንደሚያውቅ የሚያውቅ:- እንዲህ አይነቱ ሰው መሪ ነውና ተከተለው።

በባህሪይ ብቃት መምራት

"ስጦታህ በታላላቅ ሰዎች ፊት ታስገባሃለች፣ ባህሪህ ብቻ በዚያ የመቆየትህንና ያለመቆየትህን ነገር ትወስናለች" የሚለው ምንጩ ያልታወቀ አባባል እውነት ነው።

መሪ በፍጹም ሊዘነጋው የማይገባው እውነት:- ሰዎች ችሎታውን፣ እውቀቱንና የራዕዩን አስገራሚነት ከመቀበላቸው በፊት መጀመሪያ መሪውን መቀበል ይፈልጋሉ። መሪውን መቀበል ማለት፣ አቀራረቡን፣ የአመራር ስልቱንና ባህሪውን ሁሉ የሚያጠቃልል ጉዳይ ነው። መሪው የሚያራምደው ራዕይ ወይም የጨበጠው ዓላማ ግሩም ስለሆነ ብቻ ሰዎች አይቀበሉትም። በአለም ላይ እጅግ የሚያስገርሙ ራእዮችን ይዘው ካለምንም ተከታይ ባክነው የቀሩ ሰዎች ጥቂት አይደሉም።

ተከታዮች የሚያነቡት የመጀመሪያ መልእክት የራእይ መግለጫው ወይም የእሴት መመሪያው አይደለም፤ መሪው ነው። ሰዎች "መልእክትህ ወይም ዓላማህ ምንድን ነው?" ብለው ከመጠየቃቸው በፊት "አንተ ማን ነህ?" ብለው የመጠየቅ ዝንባሌ አላቸው። ይህ የሚሆንበት ምክንያት መሪው የሚያስተላልፈው መልእክት ሁሉ በመሪው ማንነት ውስጥ ተጣርቶ አልፎ ለሰዎቹ ስለሚደርስ ነው። ስለዚህ የመሪው ማንነት፣ ባህሪ፣ አቀራረብ፣ የአመራር ሁኔታና ከሰዎች ጋር ያለው የግንኙነት ብቃት ሰዎች መልእክቱን የሚያዩበት መነጽሮች ናቸው።

ሰዎች መሪውን ከተቀበሉትና ከወደዱት መልእክቱን የመቀበላቸው ሁኔታ እጅግ ሰፊ ይሆናል። ምክንያቱም ሰዎች ከሚወዱት፣ ከሚግባቡትና ከተቀበሉት ሰው ጋር መዋል፣ መጓዝና መተባበር ስለሚፈልጉ ነው። ለምሳሌ፣ ታዋቂ ተዋንያኖችና አትሌቶች ማስታወቂያ በሚናገሩበት ጊዜ ጉዳዩ ተቀባይነት የሚያገኘው ከዚህ ሕግ የተነሳ ነው።

የተከታዮችን አይነት በማወቅ መምራት

መሪው ለሁሉም ተከታይ አንድ አይነት አቀራረብ ካለው አንዳንዶቹን ሲያቀርብ ሌሎቹ እንዲሸሹ ሊያደርጋቸው ይችላል። ሁኔታውም የተጽእኖውን አድማስ ያጠብበታል። በአንድ ተቋም ወይም ድርጅት ውስጥ የሚገኙ የተከታይ አይነቶች ብዙ ቢሆኑም፣ በሶስት ዋና ዋና ክፍሎች ሊመደቡ ይችላሉ።

ጥገኞች

አንዳንድ ተከታዮች ጥገኞች ናቸው። ይህ አይነቱ ተከታይ ዘወትር ከአመራር የሚመጣን ትእዛዝና መመሪያ የሚጠብቅ፣ በራሱ ተነሳሽነት ነገሮችን የማያከናውንና ምንም ጥያቄ ሳያነሳ ትእዛዝን የሚከተል ሰው ነው።

አፈንጋጮች

ሌሎች ተከታዮች አፈንጋጮች ናቸው:: እንዲህ አይነት ተከታይ
ከተሰጠው ትእዛዝ ወጣ ማለት የሚወድድ፤ ያለመታዘዝና የእምቢተኝነት
ዝንባሌ ያለውና ሁሉን ነገር በራሱ መንገድ ማድረግን የሚወድድ ሰው ነው::

ተባባሪዎች

አንዳንድ ተከታዮች ደግሞ በግል ሃሳብ መመራት የሚያውቁ
ተመሪዎች ናቸው:: እንዲህ አይነት ተከታይ ሁኔታዎች የአመራርን ጉድለት
ሲያሳዩ በራሱ ተነሳሽነት አመራርን ሊሰጥ የሚችል ሰው ሲሆን መሪ ባለበት
ስፍራ ደግሞ የተባለውን ለመፈጸም መከተልንም የሚያውቅ ሰው ነው::
እንዲነገረውና እንዲጀመርለት ብቻ ይፈልጋል፤ የቀረውን ራሱ ይፈጽማል::
እንግዲህ መሪው በተከታዮቹ ላይ ተጽእኖ ለማምጣት የተከታይ አይነቶችንና
ዝንባሌአቸውን በመገንዘብ እንደማንነታቸው መቅረብና መያዝ አስፈላጊ ነው::

ለውጥን በጥበብ መያዝ 20

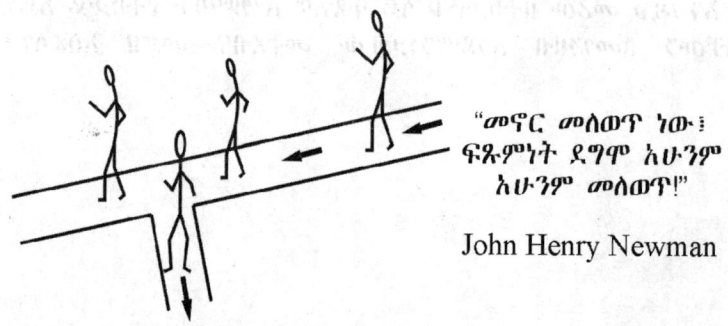

"መኖር መለወጥ ነው፣
ፍጹምነት ደግሞ አሁንም
አሁንም መለወጥ!"

John Henry Newman

ለውጥ! በማንኛውም ሂደት ውስጥ የማይቀር ጉዳይ! በዓለም ላይ ቋሚ የሆነ ነገር አንድ ነገር ብቻ ነው፣ እሱም ለውጥ ነው! በመሪም ሕይወት እንዲሁ ነው። ለማደግ፣ ለመሻሻል፣ ለመጥራትና ለመብዛት ለውጥ የግድ ነው። ስለዚህ መሪ ለውጥ ለማምጣት የተዘጋጀ ከመሆኑም ባሻገር የሚመጣን ማንኛውንም ለውጥ አስቀድሞ የማየትና ትክክለኛውን ምላሽ የመስጠት ብቃት ያስፈልገዋል።

ከዚህ በታች የምንመለከታቸው የለውጥ ምንጮች እንደሚያሳዩን አንዳንድ ለውጥ ራሱ ገፍቶ የሚመጣ ሲሆን፣ አንዳንዱ ደግሞ በሰዎች አነሳሽነት የሚመጣ ነው። የለውጥ አመጣጡ በዚህም ሆነ በዚያ መሪው አያያዙን ካላወቀበት የውድቀት መንስኤ ሊሆን ይችላል። የለውጥ ምንጮች ምንድን ናቸው?

በጊዜ ሂደት የሚመጡ ለውጦች

አንዳንድ ድርጅታዊ ለውጦች በጊዜ ሂደት የሚመጡ ለውጦች ናቸው፡፡ የባህል፣ የህብረተሰቡ አመለካከትና የመሳሰሉት ውጫዊ ሁኔታዎች በድርጅቱ ላይ ተጽእኖ የሚያመጡበት ሁኔታ ላይ ሲደርስ ለውጥ የማይቀር ይሆናል፡፡

ቀድሞ የሰራ፣ አሁን ግን የማይሰራ አደራረግ

ቀድሞ ውጤታማ የነበሩ ድርጅታዊ አሰራሮች አሁን፣ ከቁጥጥር ውጪ በሆኑ ምክንያቶች ውጤታማነታቸውን ሲያቆሙ የለውጥ ጥያቄ ድርጅቱን በር እያኳኳ እንደሆነ መታወቅ አለበት፡፡

ከመሪው የሚነሳ ለውጥ

መሪው በማህበሩ ውስጥ አንድን ችግር ማየት ሲጀምር ወይም ድርጅቱን ወደ አንድ የእድገት ደረጃ ለማሳደግ ሲፈልግ ለውጥ ማምጣት እንዳለበት ሊያምንና ለውጥን ሊያነሳሳ ይችላል፡፡

አንድ መሪ በአመራሩ ውስጥ ከሚጋፈጣቸው ተግዳሮቶች በዋነኛነት መጠቀስ ከሚገባው ሁኔታ አንዱ ይህ ለውጥ የሚባለው ሃሳብ ነው፡፡ ሰዎች ለውጥን በቀላሉ አይቀበሉም፡፡ "ለምን?" ብለን ስንጠይቅ የሚከተሉትን ምክንያቶች እናገኛለን፡፡

- የስልጣን ግፊያ፡- አንዳንድ ሰዎች ሊመጣ ያለው ለውጥ የግልስልጣናቸውንና ጥቅማቸውን የሚነካ ሲመስላቸው ለውጥን አጥብቀው ይቋቋማሉ፡፡
- የግንዛቤ ጉድለት፡- የለውጡን መነሻ ሃሳብና፣ ለውጥ ቢደረግ የሚገኘውን ውጤጥ መሪው በሚገባ ካልገለጸና በቂ መረጃ ካልሰጠ ሰዎች ለውጥን እንዳያስተናግዱ መንገድን ይከፍታል፡፡
- የአመኔታ ጉድለት፡- ሰዎች ለውጥ እንዲደረግ ሃሳብን ያቀረቡትን መሪዎች በማያምኑበትና አክብሮትን መስጠት ሲሳናቸው ለውጥን ይቋቋማሉ፡፡
- የእይታ ክፍተት፡- አንዳንድ ጊዜ መሪዎች ባላቸው አቅም የለውጡን ሁኔታ አብራርተው እንኳ ሰዎች ያንን ለውጥ መሪዎቹ ባዩት መልኩ ላይገነዘቡት ይችላሉ፤ ስለዚህ ለለውጥ እምቢ ይላሉ፡፡
- ፍርሃት፡- ሰዎች ሊመጣ ያለው ለውጥ ወደ የት እንደሚወስዳቸው በማያውቁበት ጊዜ "የማይታወቀውን" የወደፊት ስለሚፈሩ ለለውጥ እሺ አይሉም፡፡
- "ኩራት"፡- "ለውጥ" የሚለው ቃል ባጭሩ ሲተረጎም "ካለፈው መንገዳችን

የተሻለ መንገድ አለና እናሻሽል" ማለት ነው፡፡ ትህትና የጎደላቸው ሰዎች ይህንን እውነታ አይቀበሉትም፡፡

- የሞራል ውድቀት፡- ተከታዮች ምንም እንኳን የለውጡን አስፈላጊነት ቢያምኑበት፣ በለውጡ ሂደት ውስጥ የተሳትፎ ግብዣ እንዳልተሰጣቸውና የባለቤትነት ስሜት ካልተሰማቸው ቀኝ እጃቸውን ለድጋፍ አይሰጡም፡፡
- ምቹን ስፍራ መውደድ፡- ሰው በተፈጥሮው ለውጥን አይወድም፡፡ ባለበት ስፍራ፣ ሁኔታና አሰራር ውስጥ ተመቻችቶ መክረም ይቀናዋል፡፡ ይህ መሰረታዊ የሰው ባህሪ ለውጥን አስቸጋሪ ያደርገዋል፡፡
- ወግን (Tradition) መምረጥ፡- "እስከዛሬ ስናደርግ የቆየነው በዚህ መልክ ነው፣ በዚያኛው መንገድ ተደርጎ አያውቅም" እና የመሳሰሉት ድምጾች የወግ ድምጾች ናቸው፣ ለውጥንም አይፈልጉም፡፡

ለውጥ የግድ ከሆነና ተግዳሮቱም እንደዚያው ከሆነ አያያዙን ማወቅ አማራጭ የለውም፡፡መሪበምርጫውም ሆነበግፊትበመምጣትላይ ያለን ለውጥ ለመያዝየሚከተላቸው መንገዶች ውጤት ገንቢ ወይም አፍራሽ ሊሆኑ ይችላሉ፡፡ አንድ በአንድ እንመልከታቸው፡፡

ጤናማ ለውጥን አያያዝ ዘይቤ

- ግልጽ የሆነ ግንኙነት (ኮሚውኒኬሽን) መመስረት፡፡ ማንኛውም ለውጥ ከመምጣቱ በፊት በቂ የግንኙነት መስመር በመክፈት የሰዎችን የግንዛቤ አድማስ ማስፋት ሂደቱን ያለሰልሰዋል፡፡
- ስለለውጡ በቂ ስልጠና መስጠት፡፡ ለውጥ ሂደት ሊሆን ይገባዋል፡፡ የለውጥ ድንገተኛነት ሰዎችን እንዳያስደነግጥ በቂ ጊዜ ወስዶ የተለያዩ ስልጠናዎችን በመስጠት የሰዎች ልቦና ማዘጋጀት የግድ ነው፡፡
- ሰዎችን በለውጥ ሂደቱ ማሳተፍ፡፡ ይህ ተግባር በተከታዮች ውስጥ የባለቤትነት ስሜትን ስለሚፈጥር ለውጡን የራሳቸው አድረግው እንዲያዩትና ራሳቸው የለውጡ አራማጆች እንዲሆኑ መንገድን ይጠርጋል፡፡

ዜና ቢስ ለሠዋን አያያዝ ዘይቤ

- ድርድር፡- ድርድር ጥሩም፣ መጥፎም ጎን አለው፡፡ አንድ የድርድር ሂደት መሪዎች ያመኑበትን ከለውጡ የሚጠበቀውን መሰረታዊ ውጤትና የድርጅቱን ህልውና የሚጎዳ ሲሆን አደጋ ሊኖረው ይችላል፡፡
- "ቁጥጥር"፡- ቁጥጥር ማለት አመራሩ በውስጣዊ አሰራር ለውጡን

የሚቀበሉትን ሰዎች በጥቅማ ጥቅም ሲደጉምና የለውጡን “ተቃዋሚዎች” ሲበድል የሚከሰት ሁኔታ ነው። ሰዎች ለህልውናቸው ሲሉ ስለሚተባበሩና “በቁጥጥር” ስር ስለዋሉ መጨረሻው የማያምር ይሆናል።

- ማስገደድ፡- ይህ መንገድ መሪዎች በግላጭ ለውጡን የማይቀበሉትን ሰዎች ከስራ እርከን በማውረድ፣ ከስራ በመቀነስና በመሳሰሉት ሁኔታዎች ሲያስገድዱ የሚከሰት ይሆናል። ውጤቱን መገመት አያዳግትም።

ስብሰባዎችን አጠቃቀም 21

"የስብሰባዎች ብዛት የተበላሸ
አደረጃጀት ምልክት ነው፡፡
የስብሰባዎች ብዛት ባነሱ
ቁጥር የአካሄድ ጤናማነት
ምልክት ነው"
Peter Drucker

አመራርና ስብሰባ ሊለያዩ የማይችሉ አሰራሮች ናቸው፡፡ ስለሆነም የስብሰባዎችን አመራር ማወቅና በጉዳዩ መብሰል ለአንድ መሪ አማራጭ የሌለው ሁኔታ ነው፡፡ በአንድ ጎኑ ድርጅቱ ባለው የውስጣዊ አሰራር ከሰራተኞች ወይም ከተከታዮች ጋር የሃሳብ ልውውጥ ለማድረግ የስብሰባዎችን አመራር ማወቅ የግድ ነው፡፡ በሌላ ጎኑ ደግሞ አንዳንድ የውይይት መድረኮችን ማቀናጀት በሚኖርበት ጊዜ መሰረታዊ እውቀቱን ማዳበር ጠቃሚ ነው፡፡

የውስጥ ስብሰባዎች

ከላይ ለመግለጽ እንደተሞከረው አንድ መሪ የሚመራቸውን ሰዎች በተለያየ መልኩ ለስብሰባዎች መጥራቱ የማይቀር ነው፡፡ በአንዳንድ ቦታዎች እንደተለመደው የስብሰባዎች ጥሪ ብዙም ግልጽነት የማይታይባቸውና ለስብሰባ

የተጠራው ሰው በግምትና በተለምዶ ምላሽ የሚሰጥባቸው ጥሪዎች ናቸው። ይህ አይነቱ አሰራር የመሪውን ድርጅታዊ ስኬታማነት እጅጉን ይጎዳዋል። አንድ ስብሰባ ሙሉ እንዲሆን የስብሰባው ጥሪ የሚከተሉትን መሰረታዊ መረጃዎች መያዝ አለበት።

1. የስብሰባው ቦታ

የአንድ ስብሰባ ጥሪ ስብሰባው የት እንደሚካሄድ ሊገልጽ ይገባዋል፡ ፡ የስብሰባው ስፍራ ከመገለጹ በፊት ስፍራው በጥንቃቄ ሊመረጥ ይገባዋል፣ ምክንያቱም የስብሰባው ስፍራ በተጋባዦች የመገኘት ፍላጎት ላይ ተጽእኖ ሊያመጣ ስለሚችል ነው። ሰዎች ለስብሰባ ስለተጠሩ ብቻ አይመጡም፣ ቢመጡም አመለካከታቸው ላይ ተጽእኖ ባሳደረባቸው ጉዳይ ተወጥረው ሊመጡ ይችላሉ፡ ፡ ይህንን አይነት አላስፈላጊ ውጥረት ከሚፈጥሩ ጉዳዮች አንዱ የስብሰባው ስፍራ ነው።

2. የስብሰባው ሰዓት

የስብሰባ ጥሪ የስብሰባውን ሰዓት በግልጽ መጥቀስ አለበት። ብዙ የስብሰባ ጥሪዎች የሚገልጹት ስብሰባው የሚጀምርበትን ሰዓት እንጂ የሚፈጸምበትን አይደለም። ነገር ግን፣ አንድ የስብሰባ ጥሪ የሚጀመርበት ሰዓት ብቻ ሳይሆን የሚፈጸምበትንም ሰዓት ሊገልጽ ይገባዋል። በስንት ሰዓት እንደሚፈጸም የማይታወቅ ስብሰባ ላይ መምጣት ብዙም አያጓጓም። አንዴ ስብሰባው ሰዓት ከተገለጸ በኋላ በሰዓት የመጀመርንና የመጨረስን ስነ-ምግባር ማዳበር እጅግ አስፈላጊና የስልጣኔ ምልክት ነው።

3. የስብሰባው አጀንዳ

አንድ የስብሰባ ጥሪ ስብሰባው ለምን እንደተጠራና ታዳሚዎቹ ሊወያዩ ወይም ሊያደምጡ የተጠሩበትን አጀንዳ በግልጽ የያዘ ሊሆን ይገባል። አንድ ለስብሰባ የተጠራ ሰው ለምን እንደተጠራና ከስብሰባው ምን እንደሚጠብቅ፣ በስብሰባውም ላይ ከእርሱ የሚጠበቀው ምን እንደሆነ ሳያውቅ መሄዱ ሁኔታው ለብዙ አለመግባባት በርን ሊከፍት ይችላል። ምናልባት ተዘጋጅቶ መሄድ የሚገባው ነገር ካለ፣ ወይም ደግሞ ከስብሰባው የመቅረት ነጻነት ካለው ያንን ለመወሰን የሚችለው አጀንዳውን ሲያውቅ ነው።

4. በስብሰባው ላይ መገኘት ያለባቸው ሰዎች

አንድ የስብሰባ ጥሪ በስብሰባው ላይ የሚገኙትን ሌሎች ተጋባዦች የጠቀሰ ቢሆን ግልጽነቱና አሳማኝነቱ የጎላ ይሆናል። በአንድ ስብሰባ ላይ ቢገኙ መልካም የሆኑና የመቅረት ምርጫ ግን ያላቸው ተጋባዦች ሲኖሩ በተቃራኒው ደግሞ የግድ

መገኘት ያለባቸው ሰዎች አሉ። ይህ ሁኔታ ለተጠሪዎች ግልጽ ሊሆን ይገባል። በሌላ ጎኑ ደግሞ ወደ አንድ ስብሰባ የሚሄድ ሰው በዚያ ስፍራ የሚገኙትን ሌሎች ተጋባዦች ማወቁ የስነ-ልቦናዊ ዝግጅት አድርጎ እንዲመጣ ይረዳዋል።

5. ማን የመናገር መብት እንዳለውና ለመናገር የሚሰጣቸው ጊዜ

አንዳንድ ስብሰባዎች መሪያቸው ማን እንደሆነ እንኳን እስከማይታወቅ ድረስ ስርአት የጎደላቸውና ሁሉም ሰው እንዳሻው ሃሳቡን የሚሰነዝርባቸው ናቸው። ሁኔታው ደግሞ ስርአት የጎደለው ከመሆኑም በላይ አድካሚ ሊሆን ይችላል። ማን እንደሚናገርና ማን የመናገር መብት እንደሌለው የሚወስነው የስብሰባው አይነት ሲሆን፣ ማንኛውም ስብሰባ ገደብ ያለውና የሰዎች መብትና ሃላፊነት ግልጽ የሆነበት ሲሆን ስኬታማነቱ የላቀ ነው።

ከላይ የተጠቀሰው ሂደት በአብዛኛው የአንድን ማህበር ወይም ድርጅት ውስጣዊ ስብሰባዎችን የሚመለከት ነው። አንድ መሪ ከዚያም በተጨማሪ የተለያዩ የውይይት መድረኮችን አስመልክቶ መሰረታዊ እውቀቱ ሊኖረው ይገባል። በዚህ እውቀት መብሰሉ የሚጠቅመው ለሚመራው ማህበር ምን አይነት ጉባኤዎችን ቢያዘጋጅ ምን አይነት ግብ እንደሚመታ ግንዛቤ እንዲኖረው ነው። የሚከተሉት የውይይት መድረኮች መሰረታዊ ናቸው።

1. ዳያሎግ (Dialogue) - ይህ አይነቱ ስብሰባ በሁለት ወይም ከዚያ በበለጡ ሰዎች መካከል የሚደረግ ውይይት ሲሆን፣ በግልም ሆነ ሌሎች ሰዎች በተገኙበት ሊካሄድ ይችላል።
2. ፓነል (Panel)- የፓነል ውይይት ቁጥራቸው ከአምስትና ከስድስት ያልበለጡ ሰዎች በአንድ ቅድመ-ጥናት ባደረጉበት ሃሳብ ላይ የሚወያዩበት መድረክ ነው። አንድ ስብሰባውን የሚመራ ሰው ሲኖረው ተወያዮች ሃሳብ እንደመጣላቸው ሌላውን በማቋረጥ እንዲናገሩ የሚፈቀድበት መድረክ ነው።
3. ሲምፖዚየም (Symposium) - ሲምፖዚየም የተለያዩ ተጋባዦች በአንድ በተሰጣቸው ሃሳብ ዙሪያ ተራ በተራ በአቅራቢነት የሚሳተፉበት ጉባኤ ሲሆን፣ አንዱ አቅራቢ ሌላውን በማያቋርጥበት መልኩ በየተራ የሚካሄድ ነው። በመጨረሻም ነጻ ውይይት ይከተላል።
4. ፎረም (Forum)- ፎረም የተሰበሰበው ሕዝብ ከተጋባዥ የእንግዶች ቡድን ጋር የጥያቄና መልስ እንዲሁም የሃሳብ ልውውጥ እድል የሚያገኝበት ስብሰባ ሲሆን፣ አብዛኛውን ጊዜ የፓናል ውይይትና ሲምፖዚየም ይታከልበታል። አንድ አወያይ ተጋባዥ እንግዶችን በማስተዋወቅና የስብሰባውን አቀጣጫ በመጠበቅ ይመራዋል።
5. ኮላክዊ (Colloquy) - ይህ የስብሰባ አይነት አንድን ኤክስፐርት ሌላ ኤክስፐርት ወይም ለስብሰባው የታደመ ህዝብ በአንድ ጉዳይ ላይ

ጥያቄ በማቅረብ የሚካሄድ የስብሰባ አይነት ነው። ይህ ስብሰባ ከፓናል ውይይት ጋር ተዛማጅነት ሲኖረው ልዩነቱ ያለው ይህኛው በጉዳዩ ላይ በጠያቂነትም ሆነ በተጠያቂነት የሚቀርቡ ኤክስፐርቶች መኖራቸው ነው።

22

ውሳኔን የማስተላለፍ ደረጃዎች

"ውሳኔን እንደማስተላለፍ አስቸጋሪ እና እጅግ ውብ የሆነ ነገር የለም"

Napoleon Bonaparte

አመራርን አድካሚ ከሚያደርጉ ሂደቶች አንዱ ውሳኔን የማስተላለፍ ሂደት ነው። እንደውም፣ አመራር ማለት በአብዛኛው ውሳኔን ማስተላለፍ ነው ብንል ከእውነት አንርቅም። የአመራር ጎዳና ውሳኔን በማስተላለፍ የተሞላ ነው። ውሳኔን ማስተላለፍ ብቻ ሳይሆን ጥራት ያለውና ውጤታማ የሆነ ውሳኔ ማስተላለፍ ከአመራር ስኬት ቁልፎች አንዱ ነው። ስለሆነም መሪ ውሳኔ በማስተላለፍ ሂደት ሊበስል ይገባዋል።

ውሳኔን ማስተላለፍ ማለት አንድ ውሳኔ የመስጠት መብት ወይም ስልጣን ያለው አካል ለአንድ ሁኔታ መፍትሄ ለማግኘት ካሉት ምርጫዎች መካከል የተሻለው ላይ መድረስ ማለት ነው። ማንኛውም ውሳኔ በቅድሚያ ውጤታማነቱ፣ ከዚያም አልፎ ከድርጅቱ ዋና ግብ ጋር የሚጣጣም መሆን አለበት።

በአንድ ማህበር ውስጥ በሁለት አይነት መልኩ ውሳኔ

ሊተላለፍ ይችላል። አንደኛው ሂደት ስልጣን-ተኮር የውሳኔ አሰጣጥ ሂደት ሲሆን ሁለተኛው ደግሞ የቡድን ውሳኔ አሰጣጥ ሂደት ነው።

ስልጣን-ተኮር ውሳኔ አሰጣጥ

ይህ አይነቱ የውሳኔ አሰጣጥ መሪው ከሰበሰበው መረጃ በመነሳት የነገሮች ግራና ቀኝ ካጤነ በኋላና ውሳኔን ካስተላለፈ በኋላ ለሚመለከታቸው ሰዎች ግልጽ ሲያደርግ የሚከሰት ነው። ይህ ዘዴ የውሳኔው ውጤት ካላማረ የሚያስከትለው ችግር አናሳ ሲሆን ቢወሰድ ችግር የሌለበት ዘይቤ ነው። የውሳኔው ውጤት ለብዙ ችግር ሊያጋልጥ የሚችል ሊሆን ግን የቡድንን የውሳኔ አሰጣጥ መንገድ መከተል መልካም ነው። አብዛኛውን ጊዜ ድርጅቱ ለመሪው የሚሰጠው ስልጣን ይህንን ገደብ ሊወስነው ይችላል።

በአንድ ማህበር ወይም ድርጅት ውስጥ ውሳኔ የሚተላለፍባቸው የተለያዩ መንገዶች ቢኖሩም መሪው ውሳኔ ከመስጠት አያመልጥም። አብዛኛውን ጊዜ መሪዎችም ሆኑ በአንድ ሃላፊነት ላይ የተቀመጡ ሰዎች ውሳኔን ከማስተላለፍ ሲሸሹ ይታያሉ። ይህ ለምን እንደሚሆን ጥቂት ማጤኑ መልካም ነው።

1. ስህተትን መፍራት - አንዳንድ ሰዎች በወሰኑት ውሳኔ ላይ በሃላፊነት መጠየቅ ስለማይፈልጉ፣ ቢችሉ ጉዳዩን ለሌላ ጊዜ በማስተላለፍ፣ ካልቻሉ ደግሞ ወደ ሌላ ሰው ማስተላለፍ ከውሳኔ ይሸሻሉ። በተለይም ከዚህ በፊት የተሳሳተን ውሳኔ በማስተላለፉ ምክንያት ከድረጅቱ የደረሰበትን "ችግር" የተመለከተ ሰው ለውሳኔ ዝግ ይሆናል።
2. ስልጣንን አለማወቅ - አንዳንድ ሰዎች የተሰጣቸውን የስልጣን ገደብ በግልጽ ስለማያውቁ ከውሳኔ ይሸሻሉ። ስልጣናቸውን ያላወቁበት ምክንያት ምናልባት የበላይ አካል በሚገባ ግልጽ ስላላደረገላቸው ወይም ደግሞ ግልጽ ተደርጎ ሳለ እነርሱ በሚገባ ስላልተገነዘቡት ሊሆን ይችላል።
3. የግንዛቤ ጉድለት - አንዳንድ ሰዎች ከውሳኔ የሚሸሹት ውሳኔ በሚገባው ነገር ላይ እውቀቱና በቂ መረጃው ስለሌላቸው ነው። "ሞኝ" ውሳኔን እንዳስተላለፉ የመፈረጅ ፍርሃትና የመሳሰሉት ስጋቶች ውሳኔውን ወደ ሌላው ሰው እንዲገፉትና እንዲያስተላልፉ ይሆናሉ።
4. የአለቃ ጣልቃ ገብነት - አንዳንድ ሰዎች ከዚህ በፊት ባስተላለፏቸው ውሳኔዎች ላይ የበላይ አካል ጣልቃ እየገባ ካለምንም ማሳሰቢያ ሲሽርባቸው ከተመለከቱ በውስጣቸው ቅሬታን ስለሚይዙ ደግመው ውሳኔ የመስጠት ፍላጎት አይታይባቸውም።
5. የወላዋይነት ዝንባሌ - አንዳንድ ሰዎች በተፈጥሮአቸው ወላዋዮች ናቸው። ይህ ባህሪያቸው በስራ መስካቸው ላይም ጣልቃ በመግባት ለማንኛውም ነገር

ውሳኔ እንዳይሰጡ ሊይዛቸው ይችላል፡፡ ነገሮችን ዛሬ ማድረግ ሲችሉ ለነገ የማስተላለፍ ልማዳቸው ውሳኔ ለሚያስፈልጋቸው ጉዳዮች እንቀፋት ነው፡፡

የቡድን ውሳኔ አሰጣጥ

ይህ አይነቱ የውሳኔ አሰጣጥ በመሪው ወይም እርሱ በወከለው ሰው አነሳሽነት በአንድ ውሳኔ በሚያስፈልገው ጉዳይ ላይ የቡድን ጣልቃ ገብነት ሲታከልበት የሚከሰት ነው፡፡ በቅድሚያ፣ ለትንሽ ለትልቁ ውሳኔ ኮሚቴን ማሰባሰብና ማሳተፍ መልካም የአመራር ዘይቤ እንዳልሆነ ሊታወቅ ይገባዋል፡፡ አንድ መሪ በነጻነት ሊያስተላልፋቸው የሚችላቸው የውሳኔ አይነቶች ሊኖሩት ይገባል፡፡ ለከበዱ ጉዳዮ ግን የቡድን ተሳትፎ የግድ ይሆናል፡፡ የቡድን ውሳኔ አሰጣጥ ሂደት ይህንን ሊመስል ይችላል፡-

1. ውሳኔ የሚገባውን ጉዳይ ግልጽ ማድረግ፡፡

   ውሳኔ የሚያስፈልገው ጉዳይ ምንድን ነው? በዚህ ጊዜ ውሳኔ ማስተላለፉ ምን ያህል አስፈላጊ ነው? ምን ያህልስ አጣዳፊ ነው?

2. ስለጉዳዩ መንስኤ መረጃዎችን መሰብሰብ፡፡

   ይህ ውሳኔ ያስፈለገው ጉዳይ መንስኤው ምንድን ነው? ወደ አንድ ወደ ተሻለ ነገር ለመግባት ነው ወይስ አንድን የተበላሸ ነገር ለማረም?

3. ስውሳኔ በሚጠቅሙ ጉዳዮች ላይ ሃሳቦችን ማሰባሰብ (Brainstorming)፡፡

   ወደ ታቀደው ውሳኔ ውስጥ ለመግባት ጠቃሚ ናቸው የምንላቸውና ለሁኔታው መፍትሄ ይሆናሉ የምናላቸው ነገሮች ምን ምን ናቸው?

4. ስመፍትሄ የቀረቡ ነጥቦችን ጥቅምና ጉዳት አንድ በአንድ ማጤን፡፡

   የቀረቡት የመፍትሄ መንገዶች ምን ያህል እንደታሰበው መፍትሄ ሊያመጡ ይችላሉ? የትኛውን ልንቀንሰው፣ የትኛውንስ ልናጠናክረው ይገባናል?

5. የተሻለውን መንገድ መምረጥ፡፡

   ከመረጥናቸው የመፍትሄ መንገዶች መካከል የትኛውን ብንመርጥ የታሰበው ውጤት ውስጥ የሚያስገባን ውሳኔ ይሆናል?

6. ውሳኔውን ግልጽ ማድረግ፡፡

ውሳኔውንና እዚያ ውሳኔ ላይ የተደረሰበትን ምክንያት ማስታወቅ ያለብን ለማን ነው? ይህ አካል ማወቅ ያለበትስ እስከመቼ ነው?

አንድን ቡድን ወደ አንድ ውሳኔ ለማድረስ ሂደትን ይጠይቃል፡፡ ይህ ሂደት የቡድኑን አባላት ሃሳብ በመቀበልና በማብላላት ነጻ የሆነ የሃሳብ ልውውጥ ማድረግን ያጠቃልላል፡፡ ይህ ሃሳብን የመቀበልና የማብላላት ሂደት እጅግ አስፈላጊ ነው፡፡ አዳዲስ ሃሳቦችን ለማፍለቅ፣ ችግርን ለመፍታት፣ የቡድን አባላትን ለማነሳሳትና በእነሱ ውስጥ ያለውን እይታ ለማግኘት ይጠቅማል፡፡ ሆኖም የሃሳብ ማሰባሰብ ተግባር ስርአት በያዘ መልኩ መጠቀም ውጤታማነቱን ያበዛዋል፡፡ ይህ እንዲሆን በሂደቱ ላይ የሚሳተፉ ሰዎችን ዝንባሌ ማወቅ እጅግ አስፈላጊ ነው፡፡

ውሳኔ አሰጣጥ ዝንባሌዎች

1. ፈጣን ተገንዛቢዎች - በግንዛቤ ብቃታቸው የሚመሩ፣ የውሳኔው አጠቃላይ ስእል ላይ የሚያተኩሩእናነገሮችንአንድበአንድየማየትፍላጎትየሌላቸውአይነትሰዎችናቸው፡፡

2. አርቆ አሳቢዎች - ነገሮችን የሚያመዛዝኑ፣ ትክክል መሆን ላይ የሚያተኩሩ፣ ብዙ መረጃዎችን ማስተናገድ የሚወዱ እና በስሜት የሚወሰድን ውሳኔ የማይደግፉ ሰዎች ናቸው፡፡

3. ስሜታዊዎች - የሰዎች ስሜት ላይ የሚያተኩሩና ስለሰዎቹ ስሜት ግድ የሚላቸው፣ አርቆ አሳቢ የሆኑ ሰዎች የሚጠቀሙበት መንገድ ብዙም የማይስባቸው እና የሌሎችን ስሜት በማዳመጥ አብሮ መስራት የሚወዱ፡፡

4. መርማሪዎች - ነገሮችን የሚያመዛዝኑ፣ የተለያዩ ሃሳቦችን አቀናጅቶ መውሰድ ብቃት ያላቸው፣ የሚያስታርቁእና ሂደቱ ከዋናው ዓላማና ግብ ለቅቆ እንዳይሄድ የሚጠብቁ፡፡

በቡድን የውሳኔ አሰጣጥ ሂደት ውስጥ እነዚህ ከላይ የተጠቀሱት አይነት ሰዎች እይታ በአንድ ጠረጴዛ ዙሪያ መገኘቱ እንደ ጥቅም እንጂ እንደ ጉዳት ሊታይ አይገባውም፡፡ አንድ አይነት ብቻ እይታ ባለበት ስፍራ ጽንፈኝነት የሰፈነበት ውሳኔ ሊተላለፍ ስለሚችል የሰዎችን የእይታ ዝንባሌ እንደ ሃብት መጠቀም እጅግ ጠቃሚ ነው፡፡

አለመግባባትን መፍታት 23

"ልዩነትና አለመግባባት የማይቀሩ ጉዳዮች ናቸው፣ ጦርነትና ጸብ ግን የምርጫ ጉዳይ ነው"

Max Lucado

ውሳኔን ከማስተላለፍ ቀጥሎ መሪ በተደጋጋሚ ሊጋፈጠው የሚችለው ጉዳይ ቢኖር አለመግባባትን የመፍታት ሁኔታ ነው።

በተለመደው ትርጉም አለመግባባት ማለት በግለሰቦች፣ በተቋሞች፣ ወይም በድርጅቶች መካከል የሚፈጠር አብሮ ያለመሄድ፣ የተቃራኒነትና በአንድ ጉዳይ ላይ ያለመጣጣም ሁኔታ ነው። አለመግባባት በሁለት ግለሰቦች መካከል፣ በአንድ ግለሰብና በድርጅት መካከል፣ በሁለት ቤተሰቦች መካከል፣ በሁለት ድርጅቶች መካከል፣ በሁለት ጎሳዎች መካከል፣ ወይም በሁለት ሀገሮች መካከል ሊከሰት ይችላል።

የአለመግባባት መንስኤዎች

አለመግባባት በተለያዩ ምክንያቶች ሊከሰት ይችላል። አንዳንዶቹ ምክንያቶች እውነተኛ

የአለመግባባትምንጮችሊሆኑሲችሉ፣ሌሎቹግንየግንዛቤጉድለቶች(Misunderstandings) እንዲ ቀድሞውኑ አለመጣጣምን ሊያመጡ የማይገባቸው ሁኔታዎች ሊሆኑ ይችላሉ።

በአንድ ድርጅት ወይም ማህበረሰብ ውስጥ አለመግባባትን ሊያስነሱ የሚችሉ ጥቂት ነጥቦችን እንመልከት።

1. ልዩነት፦ አብሮን ካለ ሰው ጋር በብዙ ነገር እንለያያለን። እነዚህ ልዩነቶች ከአመለካከት፣ ከትምህርት፣ ከኢኮኖሚ ደረጃም ሆነ ከዘርና ከአስተዳደግ ሁኔታ ሊመነጩ ይችላሉ። ሆኖም፣ ልዩነት የብርታት እንጂ የድካም ምንጭ ሆኖ ሊታይ አይገባውም። ከእኛ ለየት ያለ ሰውም በፍጹም እንደ ጠላት መታየት የለበትም። “አንድነት” እንጂ “አንድ አይነትነት” ሊታለም የማይችል ነገር ነው።
2. ፍላጎት፦ ሁላችን የራሳችን የሆነ የውስጥ ፍላጎት አለን። ይህየፍላጎት ሁኔታ የአለመግባባት መንስኤ ሊሆን ይችላል። ለምሳሌ፣ እኛ የሌላኛውን ወገን ፍላጎት ቸል ስንል፣ የግላችን ፍላጎት በሌላው ሰው ቸል ሲባልና፣ ወይም ግንኙነቱ እንዲቀጥል የሚያደርጉ አስፈላጊ ነገሮች ቸል ሲባሉ አለመግባባት ይፈጠራል።
3. እይታ፦ ሰዎች አንድን እውነታ አይተው የተለያየ ግንዛቤና ድምዳሜ ሊኖራቸው ይችላል። ስለሆነም፣ ተነጋግረው በግልጽነት ለመግባባት ካልጣሩ በስተቀር ክፍተት ይፈጠራል። በራሳችን ላይ ያለን እይታ ሌሎች እኛን ከሚያዩበት ሲለይ፣ እኛ በሌሎች ላይ ያለን እይታ እና በሁኔታዎች ላይ ያለን እይታ ካልተጣጣመ ያለመግባባት ምንጭ ሊሆን ይችላል።
4. ስልጣን፦ ሰዎች ስልጣን በእጃቸው ሳይዙ ምንም አይነት ነገርበአለም ላይ ሊከናወን አይችልም። ሆኖም ስልጣን የብዙ አለመግባባት ምክንያት ሊሆን ይችላል። ለምሳሌ፣ የተበላሸ ወይም የተበላሸ የመሰለን ስልጣን፣ በስልጣን ላይ ያለን ቅድመ-ልምምድ እና የስልጣንን ትርጉም አለመገንዘብ በአመለካከታችን ላይ ትልቅ ተጽእኖ ስላለው የአለመግባባት ምንጭ ሊሆን ይችላል።
5. መርህ፦ መርህ ማለት መነካት የሌለበትና ቅድሚያ ሊሰጠው ይገባል ብለን የምናምንበት የአንድን ድርጅት ውሳኔና አቅጣጫ የሚነካ መመሪያ ነው። መርህ ከሌለ የአቅጣጫ ትክክለኛነት መመዘኛ አይኖርም። ሆኖም፣ የመርህ አለመኖር፣ የተለያዩ ሰዎች መርህ አለመጣጣም፣ የመርህ ቅደም ተከተል መዛባትና የመሳሰሉት ሁኔታዎች ሊከሰቱና ውጥረትን ሊፈጥሩ ይችላሉ።
6. ስሜት፦ በማንኛውም ግንኙነት ውስጥ በመጠኑም ቢሆን ስሜት ይገለጣል። ስሜት መገለጡ ለብቻው ችግር ባይፈጥርም ካለአግባብ የተገለጠ ስሜት ግን አለመግባባትን ሊፈጥር ይችላል። ለምሳሌ፣ በሆነ ባልሆነ

"የሚፈነዳ" ልቅ ስሜት ሲኖር ወይም፣ ቅጣት እንዳይከተል በሚል ፍርሃት ታምቆ የቆየ ስሜት ሲኖር አለመግባባት እየተስፋፋ ይሄዳል።

7. ያልተወሰነ ግንኙነት፡- ሰዎች ከድርጅቱ ሊያገኙት ከሚችሉት ጥቅማ ጥቅም አንጻር ምን አይነት ነገር እንደሚጠብቁ እርግጠኞች ካልሆኑ ወይም በድርጅቱ ካልተገለጠላቸው ችግር መፈጠሩ አይቀርም። አንዳንድ ጊዜ ሰዎች ከድርጅቱ ወይም ከአመራሩ የሚጠባበቁት ሌላ፣ የሚናገሩት ግን ሌላ ይሆንና የሚጠባበቁትን ነገር ካላገኙ የታላቅ ችግር ምንጭ ሊሆኑ ይችላሉ።

አንድ መሪ ለሚከሰተው አለመግባባት በጊዜው ትክክለኛ ምላሽ ካልሰጠ ጠላትነት፣ ፉክክር፣ ራስን ማግለል፣ አውቆ ውጤታማ አለመሆን፣ የሞራል ውድቀት እና እውቀትን መከልከል የመሳሰሉት ጤና ቢስና ጎታች ሁኔታዎች በድርጅቱ ውስጥ ይነግሳሉ። ይህ እንዳይሆን መሪ ለሚከሰቱ አለመግባባቶች ትክክለኛውን የመፍትሄ ሂደት መከተል ይገባዋል።

የችግር አያያዝ ሂደት

1. የተፈጠረውን ችግር ምን እንደሆነ በሚገባ ማወቅ።
2. የችግሩን መንስኤ ምን እንደሆነ በሚገባ ማጤን።
3. ለችግሩ መፍትሄ ይሆናሉ ተብሎ የታመነባቸውን ሃሳቦች መሰብሰብ።
4. ለመፍትሄነት ከቀረቡት ሃሳቦች መካከል ስኬታማዎቹ የትኞቹ ሊሆኑ እንደሚችሉ ማጣራትና መለየት።
5. ለመፍትሄ ከቀረቡትና ከተጣሩት ሃሳቦች መካከል የተሻለውን የመፍትሄ መንገድ መምረጥ።
6. የተመረጠውን የመፍትሄውን መንገድ ተግባራዊ ማድረግ።
7. በመጨረሻም ውጤታማነትን መገምገም።

"የስኬት መለኪያው ለአንድ ችግር መፍትሄ ለማግኘት መነሳትህ ላይ ሳይሆን፣ አሁንም ለመፍታት የተነሳኸው ያንኑ ያለፈው ዓመቱን ችግር መሆኑና አለመሆኑ ላይ ነው" - John Foster Dulles

ከስህተት መማር 24

"በፍጹም ስህተትን ሰርቶ የማያውቅ ሰው አንድንም ነገር ሞክሮ የማያውቅ ሰው ነው"

Albert Einstein

ስህተትን ከመስራት ነጻ የሆነ መሪ በፍጹም የለም። ይህ የሆነበት ምክንያት የመሪ ጉዞ ብዙ ውሳኔዎችን በማስተላለፍና በብዙ በእንቅስቃሴ የተሞላ ስለሆነ ነው። አንዳንዶቹ ስህተቶች ቀላልና ብዙ መዘዝ የማያስከትሉ ሲሆኑ ሌሎቹ ስህተቶች ግን ከባድና የሚያስከትሉትም ችግር የድርጅቱን ሕልውና የሚነኩ ሊሆኑ ይችላሉ። ያም ሆነ ይህ ስህተት ከአመራር ሂደት ውስጥ የማይቀር ጉዳይ ነው።

አመራርን አስቸጋሪ የሚያደርገው መሪው ወይም የቡድኑ አባላት ስህተትን ስለሚሰሩ ሳይሆን በስህተት ላይ ያላቸው አመለካከት የተዛባ ሲሆን ነው። የሚከተሉት አመለካከቶች አንድ መሪ ከስህተቱ ተምሮ እንዳይታደስና እንዳያገግም ይገድቡታል።

ስህተት መስራት የለብኝም ብሎ ማሰብ

ቀደም ብለን እንደተመለከትነው ስህተት በማንኛውም አመራር ሂደት ውስጥ የማይቀር እውነታ ነው። ስለዚህም፣ አንድ መሪ ስህተት በፍጹም መስራት የለበትም ብሎ ከደመደመ ከእውነታ የራቀ አመለካከት እንዳለው አመላካች ነው።እንደ እንግዳ ነገር ሊቆጠር የሚገባው ስህተት መስራት ሳይሆን ከስህተት አለመታረም፣ አለመማርና አለማገገም ነው። "በሰራሃቸው ስህተቶች ምክንያት አትፈር። ስህተቶቻችንን እንደመገንዘብ የሚያስተምረን ነገር የለም። ራስን በራስ የማስተማሪያው የተሻለው መንገድ ይህ ነው" - Thomas Carleyle

ስህተትን መፍራት

አንድ መሪ ስህተት እንዳልሰራ ከሚል ስጋት የተነሳ ውሳኔዎችን መወሰን ሲያቆምና አዳዲስ ነገሮች የመጀመር ፍላጎቱ ሲወሰድበት እድገት አቆመ ማለት ነው። ለመምራት የግድ መራመድ፣ ውሳኔን መስጠትና አዳዲስ ነገሮችን መጀመር ግድ ነው። እነዚህ ነገሮች እስካሉ ድረስ ደግሞ ስህተት የሂደቱ አካል ነው። ስህተት እንዳልሰራ በሚል የማይንቀሳቀስ መሪ ያለመንቀሳቀስን ስህተት እየሰራ ነው፤ ራሱንም ከአዳዲስ ግኝቶች ይገታል። "ሰው የሚሰራቸው ስህተቶች የአዳዲስ ነገሮች ግኝት ደጆች ናቸው" - James Joyce

ለስህተት አጉል ምላሽ መስጠት

አንድን ስህተት ስለሰራ የወደቀ መሪ ታይቶ አይታወቅም። ለስህተቱ ከሚሰጠው ምላሽ የተነሳ ግን የመሪ ተጽእኖ እያዘቀጠ ሊሄድ ይችላል። ከሁሉ አስቀድሞ መሪው ስህተትን የሚያምን ማንነት ይጠበቅበታል። በመቀጠልም ስህተቱን በመረጋጋትና ስልታዊ በሆነ አመለካከት ማየት ትክክለኛ ምላሽ ነው። ለአንድ ለተሰራ ስህተት መሪ ሊሰጠው የሚገባ አስፈላጊና የመጨረሻ ምላሽ ስህተቱ የማይደገምበትን መስመር መዘርጋት ነው። "አስር ጊዜ ሞክረህ ስትሳሳት አስር ጊዜ ተሳሳትሁ ብለህ ራስህን አትኮንን፣ አስር የማልደግማቸውን ስህተቶች ተማርኩ ብለህ ለአዲስ ሙከራ ተነሳ" - Unknown Source።

ለአንድ ስህተት ትክክለኛውን ምላሽ የመስጠት ሂደት ውስጥ ለመግባት መሪው የተዋቀረ ከስህተት የመታረሚያ መንገዶችን መከተል ያስፈልገዋል። የሚከተሉትን መመሪያዎች እናጢን።

1. ስህተቱን ለይቶ ማወቅ

ከስህተት የመታረሚያው የመጀመሪያው መንገድ ስህተቱን ለይቶ ማወቅና ስህተት እንደሆነ አምኖ መቀበል ነው። ስህተትን አምኖ መቀበል ቀላል ቢመስልም

እጅግ አስቸጋሪ ጉዳይ ነው። አንዳንድ ጊዜ ስህተት የሰራው ግለሰብ ከሰበብ ለመዳን ሊደብቅ ይችላል። ሌላ ጊዜ ደግሞ መሪው ስህተትን የማመን ትህትና ላይኖረው ይችላል። ስህተትን ሳይለዩና ሳያምኑ ግን መፍትሄ የህልም እንጀራ እንደሆነ ይቀራል።

2. ስህተቱን ማጤን

ስህተቱ ተለይቶ ከታወቀ በኋላ የተሰራው ስህተት ለምንና እንዴት እንደተሰራናማጤን አስፈላጊ ነው። ይህ በሂደት ውስጥ የተሰራውን ስህተት ለምን እደተሰራ በመለየት መንስኤው የሚፈለግበት መስመር ነው። የስህተት መንስኤዎች ከአንድ በላይ ሊሆኑ ይችላሉ። አንዳንድ ጊዜ ከግድ የለሽነት፣ ሌላ ጊዜ ደግሞ ከአሰራር መስመር ግልጽ አለመሆን ስህተት ይመጣል። ይህንን ለይቶ ማወቅ አስፈላጊ ነው።

3. የእርማት መስመሮችን መዘርጋትና ተግባራዊ ማድረግ

የስህተቱ ምንነት፣ ለምንና እንዴት እንደተከሰተ ከተለየ በኋላ የሚከተለው እርምጃ ስህተቱ የሚታረምበትን ሂደት መጀመር ነው። ስህተቱን ማን እንደሰራው ለማወቅና የሚወቀስ ሰው ፍለጋ ወዲህና ወዲያ ማለት በድርጅቱ ላይ አሉታዊ ተጽእኖን ያመጣልና ከዚህ አይነቱ ተግባር ለጊዜው መገታት ተገቢ ነው። ባምትኩ ለስህተቱ መፍትሄ የሚሆኑ መንገዶች ላይ ማተኮር ጠቃሚ ነው።

4. አማራጭ አሰራሮችን መመስረት

ይህ የሂደት ደረጃ የሚጠቀመው የተሰራው ስህተት እንዳይደገም መደረግ ያለበት የአሰራር ለውጥ እንዲደረግ ነው። አንዴ የተሰራውን ስህተት መቀየር ባይቻልም፣ ወደፊት ስህተቱ እንዳይደገም ግን አሰራርን መቀየር ይቻላል። ስህተቱ የተሰራው ከእውቀት ጉድለት ከሆነ የመሻሻያ ስልጠናዎች አስፈላጊ ናቸው። ስህተቱ ግድ የለሽነትና "አመጽ" የታከለበት ከሆነ የስርአት እርምጃዎችን የሚጠይቅ መሆኑንና አለመሆኑን ማጤን የግድ ይሆናል።

አንድ መሪ በሚመራቸው ሰዎች ውስጥ ድፍረትን ለማነሳሳት ከፈለገ ስህተትን የማይፈሩበትን ሁኔታ መፍጠር አለበት። ይህንን ለማድረግ በስህተት ላይ ያለውን አመለካከት መለወጥ ነው። ስህተት ክፉም ደግም አይደለም፣ ለስህተቱ የምንሰጠው ምላሽ ግን ከሁለት አንዱ እንዲሆን ያደርገዋል። ጇን ማክስዌል በዓለም ላይ አሉ የተባሉ ስኬታማ ሰዎች በርካታ ስህተቶችን የሰሩና ለምንም አትበቁም የተባሉ ሰዎች እንደነበሩ ይጠቅሳል (Maxwell, 2000, p. 30)። ሌሎች እንደዚያ ቢሏቸውም እነሱ ግን ውዳቂ ሆኖ ላለመቅረት የወሰኑና ተነስተው ወደ ግባቸው የገሰገሱ ሰዎች ናቸው።

ለምሳሌ፣ በሙዚቃ እውቀቱ በአለም ታዋቂ የሆነው ውልፍጋንግ ሞዛርት

(Wolfgang Mozart) በዘመኑ በነበረ ገዢ በፈርዲናንድ፣ "ዜማህ ብዙ ይጮሃል፣ ብዙ ቃላትም ታበዛለህ›› የሚልን ተስፋ አስቆራጭ መልእክት የሰማ ሰው ነበር። በዓለም የታወቀውና በአንድ ስእል ሽያጭ በአለም ከፍተኛ ገቢ ያስገኘው ሰአሊ ቪንሴንት (Vincent Van Gogh) በሕይወት ዘመኑ ሁሉ አንዲትን ስእል ብቻ ነው የሸጠው። በግኝቱ በአለም ታዋቂ የሆነው ቶማስ ኤዲሰን (Thomas Edison) በልጅነቱ፣ "ትምህርት የማይገባው" ተብሎ ነበር። የታወቀው ፈላስፋና አዋቂ አልበርት አንስታይን (Albert Einsein) ከአስተማሪው የሰማው ተስፋ አስቆራጭ ቃል፣ "ለምንም ጥቅም የማትውል ሰው ነህ" የሚል ነበር። እነዚህ ሁሉ ሰዎች ያላቸው የጋራ ነገር፣ ከስህተትና ከጊዜአዊ ሁኔታ ባሻገር አልፎ የመሄድ ጽንአት ነው።

ክፍል አምስት
የማሰልጠንና የማስታጠቅ ጥበብ

የዚህ ክፍል ዋና ዓላማ መሪው ሌሎችን ብቁ መሪዎች ለማፍራት ሊጠቀምባቸው የሚችላቸውን መንገዶች መግለጽ ነው። በዚህ ክፍል ውስጥ የምንመለከታቸው ስድስት ምእራፎች የሚከተሉት ናቸው፡-

25

በትክክለኛ ሰዎች ቡድንን መገንባት

"ከሌሎች ራቅ አድርጌ ማየት የቻልኩት በታላላቅ ሰዎች ትከሻ ላይ በመቆሜ ምክንያት ነው" - Isaac Newton

26

ሰዎችን የማነሳሳት ብቃት

"ሰዎችን በፍርሃት ማነሳሳት ትችላለህ። እንዲሁም ሰዎችን ዋጋ በመክፈል ልታነሳሳቸው ትችላለህ። እነዚህ ሁለት መንገዶች ግን ጊዜአዊ ናቸው። ዘለቄታዊ የሆነው መንገድ ራስን የማነሳሳት ሁኔታ ነው" - Homer Rice

27

ማሰልጠን

"እንደ መርህ የምከተለው አንድ አመለካከት አለኝ፡- የመሪ ተግባር ተጨማሪ ተከታዮችን ሳይሆን ተጨማሪ መሪዎችን ማፍራት ነው"
- Ralph Nader

28

ድርሻን ማካፈል

“በተቻለህ መጠን ብቃት ባላቸው ሰዎች ራስህን ክበብ፣ ድርሻን አካፍል፣ ከዚያም በኋላ በሆነ ባልሆነም ጣልቃ አትግባ”
- Ronald Regan

29

ኮች ማድረግ

“የምትመራቸው የቡድን አባላት በአንተ ስር ሳይሆን ከአንተ ጋር የሚሰሩ እንደሆኑ አሳስባቸው” - John Wooden

30

የቡንን መንፈስ መጠበቅ

“ወደ አንድነት መምጣት ጅማሬ ነው። አብሮ መቆየት እድገት ነው። አብሮ መስራት ስኬት ነው” - Henry Ford

25

በትክክለኛ ሰዎች ቡድንን መገንባት

"ከሌሎች ራቅ አድርጌ ማየት የቻልኩት በታላላቅ ሰዎች ትከሻ ላይ በመቆሜ ምክንያት ነው"

Isaac Newton

የአንድን ሰንሰለት ጥንካሬ የሚወስነው የእያንዳንዱ ቀለበት ጥንካሬ ነው። ሰንሰለቱን የመሰረቱት ቀለበቶች ሁሉ ጠንካሮች ሆነው አንዲቷ ቀለበት ደካማ ከሆነች ሰንሰለቱ ይበጠሳል። ሲታሰብም ሆነ ሲነገር፣ አንዲት ቀለበት ተበጠሰች ተብሎ ሳይሆን ሰንሰለቱ ተበጠሰ ተብሎ ነው። የአንድ ቡድንም ሁኔታ እንዲሁ ነው። የአንድ ካለቦታው የገባ የቡድን አባል ሁኔታ ቡድኑ "እንዲበጠስ" ሊያደርገው ይችላልና ታላቅ ትኩረት ሊሰጠው የሚገባ ጉዳይ ነው።

የአንድ መሪ ስኬታማነት ዘላቂ እንዲሆን ካስፈለገ ካለማቋረጥ ሰዎችን የመመልመል፣ የማንሳሳትና ድርጅቱ ለቆመለት ዓላማው የማሰለፍ ብቃት ያስፈልገዋል። አንዳንድ ጊዜ ከድርጅቱ በተለያየ ምክንያት የሚለቁ ሰዎችን የሚተኩ ሌሎች ሰዎች ይፈለጋሉ። ሌላ ጊዜ ደግሞ በድርጅቱ ማደግ

ምክንያት ብቅ የሚሉ ክፍተቶችን የሚሸፍኑ ብቁ ሰዎችን የሚፈልግበት ጊዜ ይመጣል። ይህንን ክፍተት ለመሙላት የመሪው ብቃት ወሳኝ ነው።

አንድ ክፍተት ስላለና ያንን ክፍተት ሊሞላ የሚፈልግ ሰው ስለተገኘ ብቻ ያንን ሰው መቀበል አሉታዊ ውጤቱ የሚታየው የኋላ ኋላ ነው። በማህበሩ ውስጥ የሚገኙትን ሃላፊነቶች የሚይዙ ሰዎች የስኬት ወይም የዝቅጠት ምክንያት ሊሆኑ ስለሚችሉ ጥንቃቄ የሚያስፈልገው ጉዳይ ነው። አንድ መሪ የአንድን ሰው ትክክለኛነት ለመወሰን ምን አይነት የማንነት ጥራቶችን መመልከት ይገባዋል? አስር መመዘኛዎች:-

1. ቅን ዝንባሌ - ሰዎችንና ሁኔታዎችን በአዎንታዊ እይታ የማየት ብቃት ያለው።
2. ትጋት - ካለማቋረጥ ተግቶ የመስራትን ሁኔታ በጥሩ ልቦና የሚቀበል።
3. ታማኝነት - የሚናገረውና የሚተገብረው አንድ የሆነ።
4. ተጽእኖ - በሌሎች ላይ መልካም ተጽእኖ ያለው።
5. መከተል የሚያውቅ - መሪዎቹን የሚያከብርና የሚታዘዝ።
6. የማደግ ፍላጎት - ለመሻሻልና ወደ ተሻለ ደረጃ ለመድረስ ፍላጎት ያለው።
7. ለለውጥ ያለ ክፍትነት - ከጊዜ ወደ ጊዜ የሚመጡ ለውጦችን በቅንነት የሚቀበል።
8. ከግል አጀንዳ የወጣ - የራሱ ሳይሆን የቡድኑንና የማህበሩን አጀንዳ የሚያስቀድም።
9. ሰዓት አጠቃቀም - ሰዓትን አጠቃቀም የሚያውቅና ሰአት አክባሪ።
10. በሃላፊነት የሚጠየቅ - ስህተትን የማይሸፍን፣ በሌሎች ላይ የማይለጥፍና ሃላፊነትን የሚወስድ።

ትክክለኛውን ሰው መልምሎ በቡድን ውስጥ ማካተት የቡድን ሂደት የመጀመሪያው ደረጃ ነው። በአንድ ቡድን ውስጥ አብረው የተሰለፉ ሰዎች ስኬታማነታቸው ቀጣይነት እንዲኖረው ካስፈለገ ሊያዳብሯቸው የሚገባቸው ጥራቶች አሉ። እነዚህ ጥራቶች እንዲስፋፉና በቡድኑ መካከል ተመስርተው የቡድኑ "መንፈስ" እና ባህል እንዲሆኑ የማድረግ ሃላፊነቱ ያለው በመሪው ትከሻ ላይ ነው። የሚከተሉትን ዋና ዋና ለአንድ ቡድን ህልውና መሰረታዊ የሆኑ ጥራቶች እናጢን።

1. የእርስ በርስ መቀባበልና መደጋገፍ

አንድ ቡድን አብሮ ለመሄድ በቅድሚያ የቡድኑ አባላት መዋሃድ፣ መቀባበል እና መደጋገፍ አለባቸው። የባህሪ፣ የአመለካከትና የቅድመ-አመጣጥ

ሁኔታዎች የሚያመጧቸው የልዩነት ክፍተቶች ካልተደፈኑ አብሮ መቀበል ህልም ሆኖ ይቀራል። የቡድን አባላት ልዩነትን እንደ ሃብትና እንደብርታት እንዲያዩትና እንዲቀባበሉ የማድረግ ሃላፊነት በመሪው ላይ ይገኛል።

2. አስፈላጊው ነገር ላይ ማተኮር

የቡድንን ጉዞ አስቸጋሪ ከሚያደርጉት ሁኔታዎች አንዱ የቡድኑ አስፈላጊ ተግባር ላይ ከማተኮር ይልቅ ልዩነት የማያመጡ የአደራረግ ዘይቤዎች ላይ ማተኮር ነው። አንድን ነገር የማከናወኛ መንገዶች ብዙ ናቸው። ስለዚህም የቡድን አባላት በግባቸውና በዓላማቸው ትክክለኛነት ከተስማሙ በኋላ በምን መልኩ እንተግብረው የሚለው ላይ "ለቀቅ" ብለው የተለያዩ አማራጮችን ለመቀበል ክፍት ካልሆኑ ልዩነት ሊከርር ይችላል። መሪው ካለማቋረጥ ቡድኑ ትኩረቱን እንዳይለቅ መመልከት አለበት።

3. ግልጽ የሆነ የግንኙነት መስመር

በአንድ ቡድን ውስጥ ክፍት የሆነ የሃሳብ መፍሰስ የሚከናወንበት ባህል ሊፈጠር ይገባዋል። የቡድኑ አባላት እርስ በርሳቸው እና እንዲሁም ደግሞ አባላቱ ከአመራር ጋር ያላቸው የግንኙነትና የመግባባት መስመር ክፍት፣ ግልጽና የማያቋርጥ ሊሆን ይገባዋል። ይህ በሚሆንበት ጊዜ የቡድኑ አባላት ሁሉ በአንድ ሃሳብ መሆናቸውን እርግጠኛ መሆን ይቻላል። መሪው ካለማቋረጥ የግንኙነትን ግልጽነት የሚያስፋፉ ሁኔታዎችን ማመቻቸት ይገባዋል።

4. የተመጣጠነ የእድገት ደረጃ

በአንድ ዓላማ ስር በተሰለፉ የቡድን አባላት መካከል የአመለካከት፣ የእውቀትና የብቃት ክፍተት በሰፋ መጠን የቡድኑ አብሮ መሄድ አስጊ ሁኔታ ላይ ይደርሳል። የእድገት ደረጃቸውና ለማደግም ያላቸው ጥረት አብሮ ያልሄደ የቡድን አባላት ሲበራከቱ የበላይነት ወይም የዝቅተኛነት አመለካከትና ስሜት ይከሰትና አሉታዊ ተጽእኖ ያስከትላል። በተጨማሪም፣ የተለያየ እድገትና አመለካከት ያላቸው ሰዎች በቋንቋ ያለመግባባትንም ችግር ሊያሳዩ ይችላሉ። ይህ እንዳይሆን መሪው የቡድኑን አባላት በሙሉ ያካተተ የአቅም ግንባታ ስራ ሊሰራ ይገባዋል።

5. የተመጣጠነ ጥረት

አንዱ የቡድን አባል ብዙ እየለፋና እየደከመ ሌላኛው አባል ግን በግድ የለሽነት ሲሰራ ሁኔታው የታላቅ አለመግባባት ምንጭ መሆኑ አይቀርም። አንዳንድ የቡድን

አባላት ከሰዓታቸው ቀድመው በመግባትና ከመውጫ ሰዓታቸው ዘግይተው በመውጣት ታላቅ መስዋእትነት ሲከፍሉ፣ ሌሎች ደግሞ ዘግይተው መጥተው መሄድ ከሚገባቸው ሰዓት በፊት ሲወጡ የቡድኑን የትጋት መንፈስ ይመታዋል። የቡድኑ አባላት በሙሉ የሚጠበቅባቸውን ሃላፊነት ባላቸው ኃይል እንዲወጡ ማነሳሳት ከመሪው ይጠበቃል።

6. የግል አጀንዳን መጣል

አንዳንድ የቡድን አባላት ምንም እንኳ በቡድን ውስጥ ራሳቸውን በማሳተፍ የተሰለፉ ቢሆኑም የቡድኑን ሃሳብ ከማራመድ ይልቅ የራሳቸው አጀንዳና ፍላጎት ላይ የማተኮር ዝንባሌ አላቸው። የግል ጥቅምን ማስከበር ላይ ማተኮር፣ ለቡድን አንድነት ብሎ የግልን ፍላጎት ለመጣል ፈቃደኛ አለመሆንና የመሳሰሉት ሁኔታዎች ለቡድን መንፈስ እጅግ አስቸጋሪ ተግዳሮትን ያመጣሉ። መሪው ካለበት ሃላፊነት አንዱ የቡድኑ አባላት የግል ፍላጎታቸውን ጣል አድረገው የቡድኑን መንፈስ እንዲጠብቁ የማድረግም ነው።

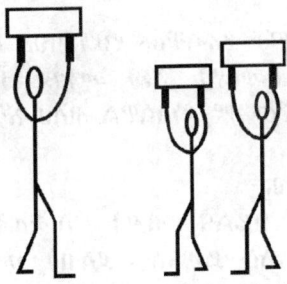

ሰዎችን የማነሳሳት ብቃት 26

"ሰዎችን በፍርሃት ማነሳሳት ትችላለህ፡፡ እንዲሁም ሰዎችን ዋጋ በመክፈል ልታነሳሳቸው ትችላለህ፡፡ እነዚህ ሁለት መንገዶች ግን ጊዜአዊ ናቸው፡፡ ዘለቄታዊ የሆነው መንገድ ራስን የማነሳሳት ሁኔታ ነው"

Homer Rice

በሰዎች ላይ መልካም ተጽእኖ አምጥቶ ለመምራት የግድ ሰዎቹ የተነሳሱ እንዲሆኑ ማድገረግ አስፈላጊ ነው፡፡ አንድ መሪ በስሩ ላሉት ሰዎች ቀድሞ ያላዩትን ነገር አሳይቶና አነሳስቶ ወደ ፊት እንዲሄዱ ማድረግ ቀላል ተግባር አይደለም፡፡ ለዚህ ነው መሪ ሰዎችን የማነሳሳትን ጥበብ ማወቅና በዚያም ጥበብ ማደግ ያለበት፡፡ ሰዎች እንዲነሳሱ የሚያደርጋቸው ነገር ምንድን ነው? የሰዎች ሞራል ከፍ እንዳለ እንዲቆይስ ምን ማድረግ ይቻላል?

ሰዎችን የሚያነሳሳቸው ነገር እንደማንነታቸው ይለያያል፡፡ ለምሳሌ አንዳንድ ሰዎች ገንዘብ ሲያነሳሳቸው ሌሎችን ደግሞ እውቅና ማግኘት ይስባቸዋል፡፡ ከስራ እረፍት ማግኘት፣ እድገት፣ የትምህርት እድልና የመሳሰሉትን ሁኔታዎች ማግኘት የሚያነሳሳቸውም ሰዎች አሉ፡፡ ስለዚህ፣ ሰዎችን ለማነሳሳት ሲፈለግ ግለሰቡን

የሚያነሳሳው ነገር ምን እንደሆነ ማወቅ የመጀመሪያው ደረጃ ነው። ያም ሆነ ይህ ዘላቂነት ያለው መነሳሳት የሚመጣው ሰዎቹ ራሳቸውን ለማነሳሳት ሲወስኑና ሲችሉ ነው። የመነሳሳትን ጉዳይ ግን በሰዎቹ ላይ ሙሉ ለሙሉ የምንጥለው ነገር አይደለም። መሪው ሰዎች የተነሳሱ የመሆናቸውን ሁኔታ ሙሉ በሙሉ የመወሰን ችሎታ ባይኖረውም የሚያነሳሳ ሁኔታን መፍጠር ግን እንደሚችል ማወቅ አለበት። ይህንን ሁኔታ ለመፍጠር እንዲመቸው መሪው የሚከተሉትን መርሆች መከተል ይችላል።

1. በቅድሚያ አንተው ራስህ የተነሳሳህ ሁን

አንተ የተነሳሳህ ሳትሆን ተከታዮችህን ወይም የቡድን አባላትህን እንዲነሳሱ ማድረግ አትችልም። የመነሳሳት ሁኔታ ከአንዱ ሰው ወደ ሌላኛው ሰው የሚጋባ ነገር ስለሆነ የመነሳሳትን ሁኔታ ከራስህ በመጀመር የድርጅትህ ባህል አድርገው።

2. የሚያነሳሳቸውን ነገር እወቅ

ቀደም ብሎ እንደተጠቀሰው የተለያዩ ሰዎች የራሳቸው የሆነ ባህሪ ስላላቸው እያንዳንዱን ሰው በግሉ ምን እንደሚያነሳሳው በመለየት ያንን መንገድ ተጠቀም። አንዱን ሰው ወይም አንተን ያነሳሳህ ሁኔታ ሌላኛውንም ያነሳሳዋል ብለህ አትገምት።

3. ያሉበትን ሳይሆን ሲሆኑ የሚችሉትን አሳያቸው

ሰዎች በውስጣቸው ያለው እምቅ ኃይልና ብቃት ሲታወቅላቸውና እንዲያነሳሱት ሲደፋፈሩ ከመቼውም የበለጠ የተነሳሱ ይሆናሉ። ያሉበት ሁኔታ ላይ ብቻ ትኩረት መስጠትና የማይችሉት ነገር ላይ ማተኮር የሞራል ውድቀትን ያስከትላል።

4. ሰዎችን እመናቸው

ስራን በመስጠት፣ ሃላፊነትን በመጣልና በመሳሰሉት ሊያከናውኑት እንደሚችሉ ስታምንባቸው ያንን ሃላፊነት ለመወጣት የተነሳሳ ማንነትን ወደ ማዳበር ይመጣሉ። ያልታመነ ሰው ወደ አለመታመን ጎዳና ማቅናቱ አይቀርም።

5. የሚያኝኛቸውን ነገር እወቅና በዚያ አስማራቸው

አንዱን የሚያጓጓው ሌላውን እንቅልፍ እንቅልፍ እንዲለው የሚያደርግ ነገር ሊሆን ይችላል። ሰዎች አንድን ነገር ማድረግ ስላለባቸው ብቻ አታሰማራቸው፣ ሁኔታው የሚወዱትና የሚጓጉለት መሆኑን በማየት ወደ ዘንባሌአቸው ስታደላ ታነሳሳቸዋለህ።

6. ለክንውናቸው እውቅናንና ምስጋናን ስጣቸው

ሰዎች አዳዲስ አሰራሮችን ሲያመጡ፣ የተጠበቀውን ውጤት ሲያስመዘግቡና በስራቸው ትጋትን ሲያሳዩ ምስጋናና የተለያዩ የማበረታቻ ሁኔታዎችን ማሳየት ለሞራላቸው እጅግ ጠቃሚ ነው፡፡ ይህ ካልሆነ ትጋታቸው እንዳልታየላቸው ስለሚያስቡ ዝለት ሊያጠቃቸው ይችላል፡፡

7. ሕግን አታብዛ

በማንኛውም ድርጅት ውስጥ መሰረታዊ ህጎች ካልኖሩና ካልተከበሩ የድርጅቱ ህልውና አጠያያቂ ይሆናል፡፡ ሆኖም ለሆነ ላልሆነ ነገር ሁሉ ህግ ማብዛት የሰዎችን ልቦና ያዝላል፡፡ ደቃቃ በሆኑ ጉዳዮች ላይ የአመራር ጣልቃ ገብነት ከታየ ብዙ ሳይቆይ የሞራል ውድቀት መከተሉ አይቀርም፡፡

8. በአዳዲስ ሃሳቦችና በውሳኔ አሰጣጥ ሂደት ውስጥ እንዲሳተፉ አበረታታቸው

ተሳትፎ የሚያደርግ ሰው ተፈላጊነትና ለድርጅቱ አንድን ነገር እንዳበረከተ የሚሰማው ሰው ነው፡፡ ይህ ስሜት ደግሞ ከሞራል መነሳሳት ጋር ቀጥተኛ የሆነ ግንኙነት አለው፡፡ በድርጅቱ ውስጥ በሚኖረው ውሳኔና የለውጥ ሁኔታ ሃሳብን እንዲሰጡ የተጋበዙ አባሎች መነሳሳታቸው የላቀ ይሆናል፡፡

እነዚህን ሁኔታዎች ካጤንን አሁን ደግሞ ሰዎችን የሚያነሳሳቸው የፍላጎት አውነቶችን እንመለከታለን፡፡ አብርሃም ማስሎ የተባለ ሰው ነበር ለመጀመሪ ጊዜ የፍላጎት እርከኖች (Heirarchy of Needs) የተሰኘውን ሰዎችን የሚያነሳሳቸውን የፍላጎት ደረጃዎች የሚያመላክት ንድፈ-ሃሳብ ያመነጨው (Hersey and Blanchard, 1993, P. 34)፡፡ ይህ በብዙ ስነ-ልቦና አዋቂዎች ተቀባይነት ያገኘ ንድፈ-ሃሳብ ሰዎችን የሚያነሳሳቸው የግል ፍላጎት እንዴት እንደሚለያይ ግልጽ አድርጎ ያሳየናል፡፡ ቅደም ተከተላቸው እንደሚከተለው ነው፡፡

1. አካላዊ ፍላጎቶች

ይህ ፍላጎት መጠለያ፣ ምግብ፣ ልብስና የመሳሰሉትን ሰዎች ለመኖር የሚስፈልጋቸውን መሰረታዊ ነገሮች የሚያጠቃልል ነው፡፡ ይህ አይነቱ ፍላጎት የማንኛውም ሰው ፍላጎት ቢሆንም እንኳ አንዳንድ ሰዎች ግን የዚህ ፍላጎት የመሟላትን ጉዳይ ትልቅ ትኩረት ሲሰጡት ይታያሉ፡፡ ስለሆነም፣ የሚነሳሱት

ለእነዚህ ነገሮች ትኩረት የተሰጠ ሲመስላቸውና ልቦናቸው ሲያርፍ ነው።

2. የደህንነት (የዋስትና) ፍላጎቶች

ደህንነትንና ጥበቃን የማይፈልግ ሰው የለም። ከአደጋ፣ ከድንገተኛ ስራ ማጣትና ከመሳሰሉት ተጠብቆ መኖር ሁሉም ይፈልጋል። ሆኖም ለአንዳንድ ሰዎች የደህንነታቸው ጉዳይ ቀደምተኝነትን ይዞ ይገኛል። በስራ ቦታ ያለ ከአደጋ ነጻ የሆነ አካባቢ፣ ከስራ የመቀነስና የአለመቀነስ ሁኔታና የመሳሰሉት ላይ ትኩረት የተሰጠላቸው ሲመስላቸው የሚነሳሱ ሰዎች አሉ።

3. ማህበራዊ ፍላጎቶች

ሰው ብቻውን ለመኖር የማይችል ፍጡር ነው። ከሌላው ሰው ጋር መተዋወቅ፣ መግባባትና እንዲሁም ተቀባይነትና ክብርን ማግኘት ይፈልጋል። ይህ ፍላጎት የሚያተኩረው ሰዎች ከባልደረቦቻቸው ጋር ባላቸው የቤተሰባዊነትና የተቀባይነት ስሜት ላይ ነው። በአንዳንድ ሰዎች ላይ የዚህ ፍላጎት መሟላት በመነሳሳታቸው ላይ ትልቅ ስፍራ አለው።

4. የእውቅና ፍላጎቶች

ይህ የፍላጎት አይነት ሰዎች በተሰማሩበት ሕብረተሰብ መካከል በምን አይነት መልኩ ቢቀርቡ ተቀባይነትንና "የቡድኑ አካልነት" ሊያገኙ እንደሚችሉ የሚያሳየን ፍላጎት ነው። ማንነታቸው፣ እውቀታቸውና ልምምዳቸው እውቅና ሲያገኝላቸውና በቡድኑ ውስጥ "ስፍራቸውን" ሲያገኙ የተነሳሱ ይሆናሉ።

5. ለብቃትና ለማንነት የሚመጥንን ስፍራ የማግኘት ፍላጎቶች

ይህ የፍላጎት አይነት ሰዎች ላላቸው ብቃትና ችሎታ የሚመጥንን ስፍራ በማግኘት ሲሰማሩ ብቻ የሚሟላ ፍላጎት ነው። አንዳንድ ሰዎች ለዚህ ፍላጎታቸው ትኩረት ከመስጠታቸው የተነሳ የተሻለ ደመወዝ ከማግኘት ይልቅ ለብቃታቸው የሚመጥንን ስፍራ ማግኘትን ይመርጣሉ፤ የሚያነሳሳቸውም ይህ ነው።

ያልተነሳሳን ህዝብ መምራትና ከግብ መድረስ የማይታሰብ ነገር እንደሆነ መሪ ሊያስታውስ ይገባዋል። ስለዚህም፣ መሪው ካለማቋረጥ የቡድኑ ሞራልና መነሳሳት የሚጨምርበትን መንገድ መጥረግ ይገባዋል።

27

ማሰልጠን

"እንደ መርህ የምከተለው
አንድ አመለካከት አለኝ፡-
የመሪ ተግባር ተጨማሪ
ተከታዮችን ሳይሆን ተጨማሪ
መሪዎችን ማፍራት ነው"
Ralph Nader

ቀደም ብለን እንደጠቀስነው፣ መማር ያቆመ ሰው ማደግ ያቆመ ሰው ነው፤ ማደግ ያቆመ ሰው ደግሞ መሞት የጀመረ ሰው ነው፡፡ ይህ እውነት በድርጅት ውስጥም ከዚሁ አይለይም፡፡ መሰልጠንና መማር ባቆሙ ሰዎች የተሞላ ድርጅት ከቀን ወደ ቀን ወደ ኋላ እየቀረና እያዘቀጠ የሚሄድ ድርጅት ነው፡፡ ስለዚህ፣ ሰዎችን ካለማቋረጥ የማያሰለጥን መሪ ስኬቱን በፈቃዱ የገደበ መሪ ነው፡፡ ስልጠና ለብዙ ነገሮች ይጠቅማል፡፡

የስልጠና አስፈላጊነት

1. አዳዲስ መሪዎችን ለማፍራት፡፡

ካለማቋረጥ የሚያሰለጥን መሪ የወደፊት መሪዎችን የመለየትና የማነሳሳት ብቃት ይኖረዋል፡፡ ሰዎች ወደ ተሻለ

ደረጃ ሲሸጋገሩ ለዚያ የሚመጥን ስልጠና ሊቀርብላቸው ይገባል።

2. አዳዲስ አሰራሮችን በማስተዋወቅና በለውጥ ጊዜ መንገድን ለመጥረግ።

አንድን ለውጥ ለድርጅት ለማስተዋወቅ በሚደረገው ዝግጅት ሰዎቹን ለለውጡ የሚያዘጋጁ ስልጠናዎች በቅድሚያ ሊዘጋጁና ሊተገበሩ ይገባል።

3. የተለመደውን ስራ በተሻለ አዲስ የአሰራር ዘይቤ ለማሻሻል።

ከየጊዜው በስልጠና የማያድግ ሰው የተሰጠውን ብቻ ይዞ የሚያዘግም ሰው ነው። ይህ እንዳይሆን መሪው ለስልጠናዎች ትኩረት ሊሰጥ ይገባዋል።

ቅድመ-ስልጠና ዝግጅት

- ራእዩንና ግቡን ግልጽ ማድረግ - በአንድ ድርጅት ውስጥ የተሰለፉ ሰዎች የድርጅቱን ራእይና የቆመለትን አላማ በሚገባ ሊያውቁ ይገባል። አለዚያ የስልጠናውን አላማ ስለማይገነዘቡት ትብብርን ሊነፍጉ ይችላሉ።
- ወደ ግቡ ለመድረስ የሚገባውን እውቀት መለየት - የድርጅቱ ግብ በግልጽ ከታወቀ በኋላ ያንን ግብ ለመምታትና የሰዎችን ብቃት ለማሳደግ የሚያስፈልገውን የእውቀት አይነት መለየት ይቻላል።
- ከተፈለገው እውቀት አንጻር የስልጠና ግቦችን ማውጣት - ስልጠናው መቼ መጀመር አለበት? ስለጠናውን መውሰድ ያለባቸው እነማን ናቸው? ስልጠናው ከየት ተነስቶ የት ይጠናቀቃል? እነዚህ ጥያቄዎች መመለስ አለባቸው።

የስልጠና አይነቶች

ሰዎች እውቀታቸውንና ብቃታቸውን እንዲያሳድጉ መሪው የተለያዩ መንገዶችን ሊጠቀም ይችላል። የመሪው ሚና፣ በአንድ ጎኑ እነሱ ራሳቸውን እንዲያሻሽሉ የማበረታታት ሲሆን፣ በሌላ ጎኑ ደግሞ መሪው ራሱ በሚያዘጋጃቸው የስልጠና ገበታዎች የሚካተቱ ናቸው። ሁኔታ ከእነዚህ መንገዶች መካከል የሚከተሉት ዋና ዋናዎቹ ናቸው።

1. ከተማሪነት መንፈስ የሚመነጭ ስልጠና

ይህ አይነቱ ስልጠና ሰዎቹ በግላቸው በማንበብ፣ በመስማት፣ ሰዎችን በመጠየቅና በመሳሰሉት የሚቀስሙት ትምህርት ነው። መሪው ሰዎች በዚህ መልኩ ራሳቸውን እንዲያሻሽሉ ካለማቋረጥ ሊያነሳሳቸው ይገባል።

2. የተዋቀረ ስልጠና

ይህ አይነቱ ስልጠና በድርጅቱ አዘጋጅነት የአጭር ወይም የረጅም ጊዜ ስልጠና ሲሰጥ የሚገኝ ትምህርት ነው። ድርጅቱ ካለማቋረጥ የዚህ አይነቱን "አቅም ግንባታ" ላይ ያተኮረ የስልጠና ሁኔታ ማመቻቸቱ ሕልውናውን ይወስናል።

3. ምክር-ተኮር ስልጠና

ይህ አይነቱ ስልጠና መሪው የሚናገረውን በተግባር እያሳየ፣ ለተግባር እያነሳሳና እየገመገመ ሰዎችን ወደ ተሻለ ብቃት እንዲደርሱ የሚጠቀምበት የስልጠና መንገድ ነው። "የምናገረውን አድርጉ" ብቻ ሳይሆን "የማደርገውን አድርጉ" የሚል መሪ አሰልጣኝ መሪ ነው።

4. ተግባር-ተኮር ስልጠና

ይህ አይነቱ ስልጠና ሰዎች ተግባር ውስጥ እንዲገቡ በመጋበዝ ከሚያገኙት ስኬትና ከሚሰሯቸው ስህተቶች እየተማሩ እንደሄዱ ሲፈቀድላቸው የሚገኝ ትምህርት ነው። ሰዎች ሙሉ ለሙሉ ብቁ እስኪሆኑ ከመጠበቅ ይልቅ እንዲሳተፉ፣ "ስህተት" እንዲሰሩና ከስህተታቸው እንዲማሩ መልቀቅ የሚጠቅምበት ጊዜም አለ።

የክትትል አስፈላጊነት

አንድ ስልጠና ከተሰጠ በኋላ የስልጠናውን ስኬታማነት ለይቶ ለማወቅ የመለኪያ ነጥቦች መታሰብ አለባቸው። ስልጠናው የታሰበውን ውጤት ማምጣቱንና አለማምጣቱን ማወቅ ለወደፊት አሰራር እጅግ ጠቃሚ ነው። ለስኬታማ ክትትል ከዚህ በታች የተጠቀሱትን ነጥቦች መከተል አስፈላጊ ነው።

1. የሰልጣኞችን ስሜት ማዳመጥ

ሰልጣኞቹ በስልጠናው ሂደት ላይም ሆነ ስልጠናው ያሳደረባቸውን ተጽእኖና የሰጣቸውን ለውጥ እንዲናገሩ እድል ሊሰጣቸው ይገባል። ምናልባትም ቢሻሻል መልካም ነው የሚሉትም ጉዳይ ካለ ማዳመጡ ጠቃሚ እንጂ ጎጂ አይደለም።

2. በሰልጣኞቹ ላይ የሚታይን ለውጥ መከታተል

ሰዎች አንድን ስልጠና ከወሰዱ በኋላ ስልጠናው እንዲያመጣ ካሰብነውና ካቀድነው ለውጥ አንጻር የሚያሳዩትን የአመለካከትም ሆነ የአሰራር ለውጥ በቅርብ መከታተል ስኬትን ያጎላል። ማንኛውም ስልጠና

የአመለካከት ወይም የአሰራር ለውጥ ካላመጣ ውጤታማነቱ አጠራጣሪ ነው።

3. ከተወሰደው ስልጠና አንጻር እርማትን መስጠት

ሰልጣኞችን የቅርብ ክትትል ስንሰጣቸው አንዳንድ ሊሻሻሉ የሚችሉ ሁኔታዎችን ማየታችን የማይቀር ነው። ለእነዚህ ሁኔታዎች በጊዜው ትክክለኛውን እርማት መስጠት የአመራር ሃላፊነት ነው። ይህ ካልተደረገ የወደፊት ስልጠናዎችን በቁም ነገር የመውሰድ ነገር ላይዳብር ይችላል።

4. ማበረታታት

ሰልጣኞች ስልጠናውን ወስደው ስለመጨረሳቸው ሊመሰገኑ ይገባል። ከዚያም አልፎ ከስልጠናው በኋላ ስለሚያሳዩት የለውጥ ጥረትም ሆነ ፈቃደኝነት ቢመሰገኑና ቢበረታቱ ውጤትን ከማፋጠኑም ባሻገር የሞራልን ድጋፍ ይሰጣል።

ድርሻን ማካፈል 28

"በተቻለህ መጠን ብቃት ባላቸው ሰዎች ራስህን ክበብ፣ ድርሻን አካፍል፣ ከዚያም በኋላ በሆነ ባልሆነም ጣልቃ አትግባ"

Ronald Regan

ስልጣንን ወይም ድርሻን ማካፈል ለአንድ ድርጅት ሕልውናና ስኬታማነት እጅግ አስፈላጊ ጉዳይ ነው፡፡ ስልጣን ማካፈል ማለት አንድ በስልጣን ወይም በሃላፊነት ላይ ያለ ሰው ወደ ሃላፊነት ለመምጣት ብቁ ለሆነ ሌላ ሰው መልክ በያዘ፣ በተዋቀረና ጊዜውን በጠበቀ አሰራር ስልጣንንና ሃላፊነትን አሳልፎ ሲሰጥ ማለት ነው፡፡ የምናካፍለው ነገር ስልጣንም አልነው ሃላፊነት ያንን ድርሻ የማካፈል ሂደት አስፈላጊነት እጅግ ሲጎላ ይገባዋል፡፡ ምክንያቱም አንድ መሪ ሁሉን የማከናወን ብቃቱም ሆነ ሰዓቱ ስማይኖረው ነው፡፡ ሁሉም መሪዎች ግን ይህንን አስፈላጊ እውነት ተግባራዊ ሲያደርጉ አይታዩም፡፡ መሪዎች ድርሻን ከማካፈል ይልቅ ሁሉን ለማከናወን የሚሯሯጡባቸው የተለያዩ ምክንያቶች አሉ፡፡

ከአመራር ዝንባሌ የሚነሱ እንቅፋቶች

1. "የአስቅነት" ዝንባሌ

ይህ ዝንባሌ ያለው መሪ ስልጣኑንም ሆነ ሃላፊነቱን እርሱ በመያዝ ሰዎች ግን እንዲሳተፉ የሚጠብቅ መሪ ነው። መሪው ሁሉን ነገር በሙሉ ስልጣን በመቆጣጠር ተሳትፎንና ታማኝነትን ግን ከሌሎች ሲጠብቅ በተከታዮቹ ውስጥ የመጎዳትን ስሜት ሊያሳድርና ከአመራሩ ልባቸው እንዲሸሽ ሊያደርጋቸው ይችላል።

2. "የልቅነት" ዝንባሌ

ይህ ዝንባሌ ያለው መሪ ስልጣኑንም ሆነ ሃላፊነቱን ካለጊዜውና ካለምንም የአሰራር ስርአት ለሌሎች ሙሉ ለሙሉ ሲለቅቅ የሚከሰት ሁኔታ ነው። ይህ ዝንባሌ ከዋናው የድርጅቱ ግብና አላማ በቀላሉ የመውጣትንና ቅጥ የለሽ አሰራርን ሊያዛምት የሚችል ሁኔታ ነው።

3. "የአቅም አሳጪነት" ዝንባሌ

ይህ ዝንባሌ ያለው መሪ ሃላፊነትን ለሰዎች ሰጥቶ ስልጣኑን ግን እሱ ሙሉ ለሙሉ ሲጨብጥ የሚታይበት ሁኔታ ነው። ሰዎች ሃላፊነት ተሰጥቷቸው የመወሰን መብትና ስልጣን ሲነፈጉ ድፍረትን የማጣት፣ የመጨቆንና ግራ የመጋባት ስሜት ውስጥ ሊገቡ ይችላሉ።

እንግዲህ ትክክለኛና ስኬታማ ድርሻን፣ ስልጣንንና ሃላፊነት የማካፈል አሰራር የሚከሰተው መሪው ሃላፊነትንና ስልጣንን ስርአቱንና ጊዜውን በጠበቀ መልኩ ለሌሎች ሲያካፍልና አሳልፎ ሲሰጥ፣ ከዚያም ካለማቋረጥ ተረካቢውን ሰው ሲመለከተውና ሲደግፈው ነው።

ስልጣንንና ሃላፊነትን የማካፈል እንቅፋቶች

መሪዎች ድርሻን ወይም ሃላፊነትን እንዳያካፍሉ የሚያደርጓቸው የተለያዩ እንቅፋቶችና ተጽእኖዎች አሉባቸው። ምንም እንኳ አንዳንዶቹ ምክንያቶች ትክክለኛ ቢመስሉም፣ የእድገት ጠንቅ መሆናቸው የማይቀር ነው። ከእነዚህ ምክንያቶች መካከል የሚከተሉት ዋና ዋናዎቹ ናቸው።

1. ሌላ ሰው ሲይዘው ውጤታማነት ይቀንሳል የሚል ስጋት።

ይህ ስጋት ያለበት መሪ እሱ ከነበረበት ደረጃ ወደ ተሻለ ደረጃ የተላለፈበትን ጊዜ በማስታወስ አንድ ያመነበት ሰው እንደነበረ ቢያስብ ከዚህ ስጋቱ ሊድን ይችላል።

2. ለትልልፍ በሚወሰደው ጊዜ ምክንያት ስራው ካለበት ፍጥነት ይገታል የሚል ስጋት፡፡

ይህ ስጋት ያለበት መሪ ለጊዜው በሚደረግ የሃላፊነት ትልልፍ ሂደት የሚወሰደውን ጊዜ ድርሻ የማካፈሉ ሂደት ከተፈጸመ በኋላ በሚኖረው የስራ መቀላጠፍ ሊተካ እንደሚችል በማሰብ ከዚህ ስጋቱ ሊድን ይችላል፡፡

3. መሪው እየተሳካለት የመጣውን ስራ ለሌላ ሰው በመልቀቅ "ባዶ" ሆኖ የመቅረት ስጋት፡፡

ይህ ስጋት ያለበት መሪ ሰውን በስሩ በተካ ቁጥር የእርሱ ስራ እየበዛና ስኬቱም እየጨመረ እንደሚሄድ በማሰብ ከዚህ ስጋቱ ሊድን ይችላል፡፡

4. ተተኪው ሰው የተሻለን ስኬት ያስመዘግብና እበለጣለሁ የሚል ስጋት፡፡

ይህ ስጋት ያለበት መሪ ሌሎች በማሳደግና ውጤታማ በማድረግ ውስጥ ማደግ እንጂ ማነስ እንደሌለና ሌሎችን በማሳደጉ የሚያገኘውን እድገትና ክብር በማሰብ ከዚህ ስጋቱ ሊድን ይችላል፡፡

አንድ መሪ እነዚህን ድርሻን የማካፈል እንቅፋቶች ካስወገደ በኋላ ትክክለኛውን ደረጃ በመከተል ሂደቱን መቀጠል ይችላል፡፡

ድርሻን የማካፈል ሂደት ደረጃዎች

1. የስራ ድርሻውን መገምገም - ስራው ለሌላ ሰው ሊተላለፍ የሚገባው መሆኑን ማረጋገጥ፡፡
2. ትክክለኛውን ሰው መምረጥ - ስራውን ሊረከብ የሚገባው ሰው ማን እንደሆነ ለይቶ ማወቅ፡፡
3. ብቃትን መገምገም - ስራውን የሚረከበው ሰው ለስራው ዝግጁ መሆኑን ማረጋገጥ፡፡
4. ስልጠናን መስጠት - ስራውን ለሚረከበው ሰው አስፈላጊውን የብቃት ማሻሻያ ስልጠና መስጠት፡፡
5. ግልጽ ግንኙነት ማድረግ - ድርሻ የማካፈሉን አስፈላጊነት ለአስፈላጊ አካላት ግልጽ ማድረግ፡፡
6. የሚጠበቀውን ውጤት ግልጽ ማድረግ - ድርሻን ከሚረከበው ሰው

የሚጠበቀውን ውጤት ማሳወቅ፡፡

7. አቅርቦትን ማዘጋጀት - ድርሻን የሚረከበው ሰው ሃላፊነቱን ለመወጣት የሚያስፈልገውን ነገር ማቅረብ፡፡

8. የጊዜ ገደብ ማውጣት - ተረካቢው ሰው ስራውን የሚረከብበትን ጊዜ ገደብ ግልጽ ማድረግ፡፡

9. ተግዳሮትን ማሳየት - ተረካቢው ሰው በሚገባበት አዲስ ሃላፊነት ውስጥ ሊገጥመው የሚችለውን ተግዳሮት ማሳየት፡፡

10. የግንኙነት መስመርን ክፍት ማድረግ - ተረካቢው ሰው ለሚኖረው ማንኛውም ጥያቄ መሪው የሚገኝለት መሆኑን ግልጽ ማድረግ፡፡

ኮች ማድረግ 29

"የምትመራቸው የቡድን አባላት በአንተ ስር ሳይሆን ከአንተ ጋር የሚሰሩ እንደ ሆኑ አሳስባቸው"
John Wooden

የመሪው የማነሳሳት ብቃት ተከታዮችን የሚያደርጉትን ነገር ለምን እንደሚያደርጉት ሲያሳያቸው ኮች የማድረግ ብቃት ደግሞ እንዴት እንደሚያደርጉት ያሳያቸዋል፡፡ ሰዎች ለአንድ ተግባር የተነሳሱ መሆናቸው ብቻ በቂ አይደለም፡፡ ያንን የተነሳሱለትን ተግባር በምን መልኩ በተግባር ላይ እንደሚያውሉት መንገዱን ሊያውቁት ይገባል፡፡ ለዚህ ነው መሪው እንደ ኮች ራሱን ሊያቀርብ የሚገባው፡፡

ሆኖም፣ ለተከታዮች የሚሰጡ የተለያዩ ስልጠናዎች ኮች ከማድረግ ጋር ያላቸውን ልዩነት በግልጽ ማወቅ አስፈላጊ ነው፡፡ ስልጠና በማንኛውም ሰው ሊሰጥ የሚችል ጉዳይ ነው፡፡ አሰልጣኙ ከሰልጣኞቹ ጋር ዘላቂ የሆነ ግንኙነት ሊኖረውም ሆነ ላይኖረው ይችላል፡፡ ኮች ግን እውቀቱን በስልጠና መልክ ከማቅረብ አልፎ ራሱን በምሳሌነት የሚያቀርብ ሰው ነው፡፡

የኮች ተግባር በጣም የተለመደው በስፖርት አለም ውስጥ ባለ አመራር

ነው። ብዙ ሰዎች ኮችን እንደመሪ አይመለከቱትም። የአንድ ድርጅት መሪም ኮች የማደርግ ተግባር ይኖረዋል የሚል ግምትም የሌላቸው ሰዎች አሉ። ሁኔታውን ለማስታረቅም ሆነ ትክክለኛ ግንዛቤን ለማዳበር መሪ እንደ ኮች ሊተገብራቸው የሚገባውን ሃላፊነቶች መመልከት ተገቢ ይሆናል። አንድ መሪ ባለው የኮችነት ድርሻ የሚከተሉትን ደረጃዎች የተከተለ አሰራርን ማዳበር ይገባዋል።

የስኬታማ ኮችነት ደረጃዎች

1. የአርአያነት ደረጃ

ይህ ደረጃ መሪው ተከታዮቹ እንዲያደርጉት የሚፈልገውን ነገር በቅድሚያ እርሱ ሲያደርገው ሲገኝ የሚታይ ደረጃ ነው። መሪው ምንም አይነት ሌሎችን ኮች የማድረግ ሃሳብ ከማመንጨቱ በፊት በቅድሚያ በተሰማራበት ራእይና መስክ ላይ ሙሉ ለሙሉ የተሰጠ፣ ያመነበትን ነገር የሚተገብርና ካለማቋረጥ የሚንቀሳቀስ ሰው መሆን አለበት። መሪው የተሰማራበትን መስክ ራሱ ካላመነበትና ካልተገበረው ተከታዮቹ ይተገብሩታል ብሎ ማመን አስቸጋሪ ነው።

2. የአሰልጣኝነት ደረጃ

ይህ ደረጃ መሪው ተከታዮቹ እያዩት ሲተገብርና ምሳሌነቱን እንዲቀስሙ ሁኔታዎችን ሲያመቻች የሚታይ ደረጃ ነው። መሪው ያመነበትንና በግሉ የተለማመደውን ነገር ነው ለሌሎች ማስተላለፍ የሚችለው። ስለዚህ በዚህ በአሰልጣኝነት ደረጃ መሪው ተከታዮቹ እሱን በማየት እንዲማሩና ከዚያም አልፎ በተዋቀረ መልኩ እንዲሰለጥኑ የሚያደርግበት ደረጃ ነው። ሰዎችን ማመንና ማስጠጋት፣ መሪውንም በማየት አንዳንድ እውነታዎችን እንዲቀስሙ ማድረግ የዚህ ደረጃ ዋና አላማ ነው።

3. የገምጋሚነት ደረጃ

ይህ ደረጃ ሰልጣኙ ከመሪው ያየውን ተግባርና የቀሰመውን እውቀት በተግባር ላይ ማዋል ሲጀምር መሪው የሚያይበትና የሚገመግምበት ደረጃ ነው። በዚህ ደረጃ መሪው ተከታዩን ወደማመን በመምጣት ስራውን ቀስ በቀስ ወደ መልቀቅ ይሸጋገራል። በዚህ ደረጃ ላይ ያለው የመሪው ድርሻ የሚያንጹ ሃሳቦችን መሰንዘር፣ እርማቶችን መለገስና ግምገማን በማካሄድ የተሻለ ደረጃ ለማድረስ የቅርብ ክትትል ማድረግ ይሆናል።

4. የአበረታታችነት ደረጃ

ይህ ደረጃ መሪው በሰልጣኙ ላይ ያለውን አመኔታ ወደሚቀጥለው ደረጃ

በመውሰድ በራሱ እንዲቆም የሚለቀበት ደረጃ ነው፡፡ መሪው በሩቅ በመሆን "በርታ" ከማለት ውጪ በስራው ላይ ጣልቃ የማይገባበትን መስመር ይዘረጋል፡፡ ሰልጣኙ ተግባሩንና ሃላፊነቱን ለብቻው መወጣት በጀመረባቸው በመጀመሪያዎቹ ጊዜያት መሪው አልፎ አልፎ ሃሳቦችን የመሰንዘሩንና አስፈላጊም ሆኖ ሲገኝ ለማገዝ ጣልቃ የመግባትን ነገር መዘንጋት የለበትም፡፡ ይህንን ማድረጉ ሰልጣኙ ምናልባት ከአቅሙ በላይ የሆነ ሁኔታ ውስጥ ገብቶ እንዳይጎዳ ይጠብቀዋል፡፡

5. የማባዛት ደረጃ

ይህ ደረጃ መሪው ያሰለጠነውን ሰው ሃላፊነቱን በሚገባ ከመወጣት አልፎ እሱ በተራው ሌሎችን ወደ ማሰልጠን ዘልቆ ሲሄድ የሚያይበት ደረጃ ነው፡፡ እዚህ ደረጃ ላይ የደረሰ መሪ ከአንድ ጤናማ መሪ የሚጠበቀው ብስለት ላይ ደርሷል፡፡ ራሱን በማባዛት ሌሎችን በብቃታቸው የተመሰከረላቸውን ሰዎች የማፍራት ደረጃ ውስጥ የደረሰ መሪ ለስኬቱ ገደብ ወደሌለው ሁኔታ ይሸጋገራል፡፡ ሌሎችን በተሳካ ሁኔታ በማሳደግ ሃላፊነትን ማካፈል የስኬቶች ሁሉ ስኬት ነውና፡፡

ኮች የማድረግ ጥቅሞች

ትክክለኛ የሆነን ኮች የማድረግ ሂደት የሚጠቀም መሪ በሚመራው ቡድን ውስጥ ይህ ነው የማይባልን የስኬት በር ይከፍታል፡፡ ለምሳሌ፡-

- መልካም ተጽእኖን ያስፋፋል፡፡
- በመሪውና በተመሪው መካከል የጠበቀ ቅርበትን ይፈጥራል፡፡
- ችግርን በራስ ጥረት የመፍታት ብቃትን ያነሳሳል፡፡
- የሁሉንም ተሳትፎ ያስፋፋል፡፡
- የስኬትን ዋጋም ሆነ የስህተትን ሃላፊነት በጋራ መቀበልን ያስፋፋል፡፡
- ተከታዮች የማሰብ ብቃት ያላቸው፣ የራሳቸው የሆነ ስሜትና አመለካከት ያላቸውና ሊከበሩ የሚገባቸው ሰዎች እንደሆኑ ያመለክታል፡፡
- በሂደቱ ውስጥ መሪው ለጊዜው ቢደክምም ለዘለቄታው የሚሆንን የስራ ድርሻ ተካፋይ ብቁ ሰው ያፈራል፡፡
- ተከታዩ ወደ አዲስ የብቃት ደረጃ የመሸጋገር እድል ያገኛል፡፡
- ድርጅቱ ግቡን የሚያራምዱ በርካታ ብቃት ያላቸው ሰዎችን ያገኛል፡፡

የቡድንን መንፈስ መጠበቅ 30

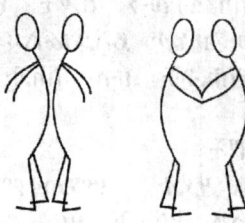

"ወደ አንድነት መምጣት ጅማሬ ነው። አብሮ መቆየት እድገት ነው። አብሮ መስራት ስኬት ነው"

Henry Ford

የአንድ ማህበር ወይም ድርጅት ስኬታማነት እየጨመረ እንዲሄድ ካስፈለገ ጤናማ "የቡድን መንፈስ" የግድ ነው። ጤናማ የቡድን መንፈስ እንዲዳብር ደግሞ መሪው ለእያንዳንዱ የቡድኑ አባላት ተገቢውን ትኩረት ሊሰጥ ይገባዋል። ጤናማን የቡድን መንፈስ የሚበክሉ ክስተቶች ከተለያዩ ሰዎችና ሁኔታዎች ሊመነጩ ይችላሉ። እንደ እውነቱ ከሆነ የተለያየ አመጣጥና አመለካከት ያላቸውን ሰዎች በአንድ መንፈስ ጠብቆ ለረጅም ጊዜ መቆየት መሪን ከሚገዳደሩት ሁኔታዎች አንዱ ነው። ስለሆነም፣ መሪው ካለማቋረጥ የቡድኑን አንድነት መገምገም ይገባዋል።

የመሪው ዋና አላማ ቡድኑ ካለምንም ልዩነትና ግጭት እንዲቀጥል የማድረግ ሊሆን አይገባውም፣ ምክንያቱም ልዩነትም ሆነ ግጭት የማይቀር ነውና። ሆኖም በልዩነት ውስጥ አንድነትን እንዴት መጠበቅ እንደሚቻል ጥበብን ሊያዳብር ይገባዋል፤

ይህንንም አመለካከት በቡድኑ መካከል ሊያስፋፋ ይችላል። የአንድ ቡድን አባላት "አንድ አይነትነት" ሳይኖራቸው "አብሮ ቀጣይነት" እንዲኖራቸው የመሪው አያያዝ ወሳኝ ነው፡

የቡድንን መንፈስ የሚበክሉ ሁኔታዎች ከመሪው ወይም ደግሞ ከተከታዮቹ ሊመነጩ ይችላሉ። ምንጩ ከየትም ሆነ ከየት መሪው ሁኔታውን መስመር ለማስያዝ ታላቅ የሆነ ሃላፊነት አለበት። ከራሱ የሆነውን ችግር በማረም፣ ከሌሎች የሚመጣውን ደግሞ በጊዜ በማስተካከልና ጣልቃ በመግባት ሁኔታዎች መስመር እንዳይለቁ የማድረግ እድል አለው።

ከአመራር ጉድለት የሚመጡ ችግሮች

1. ለተወሰኑ ሰዎች ማድላት

አድልኦ በምንም አይነት መልክና ይዞታ ይገለጽ በማህበር መካከል ታላቅ የሆነ የመለያየትን ዝንባሌ ይዘራል። ሁሉንም በድርጅቱ መመሪያ መሰረት እኩል ማስተናገድ የመሪው ሃላፊነት ነው። ይህ ካልሆነ ግን በማህበሩ ውስጥ የሚራባ መሰረት ያለው ወሬና የመበደል ስሜት አንድነትን ያናጋል።

2. ተራንና መሰረት-የለሽ ወሬን ማስተናገድ

መሪው ከማንኛውመሪ የቡድን አባል የሚመጣን ተራ ወሬና አሉባልታ መቀበልና ማስተናገድ ከጀመረ በፍጹም ሊቆጣጠረው የማይችለውን ችግር ይጋብዛል። አንድ መሪ መሰረት-የለሽ ወሬዎች ወደ እርሱ ሲመጡ በመጡበት መመለስን መርህ አድርጎ ካልያዘ ብዙም ሳይቆይ ይጠመድበታል።

3. ስለ አንዱ ሰራተኛ ጥፋት ለሌላኛው ማውራት

መሪ በአንድ የቡድን አባል ላይ ያየውን ችግር ለሌሎች አባላት በሚያወራበት ጊዜ ፈጠነም ዘገየ ወደ ተወራበት ሰው ጆሮ ይደርስና መከፋፈልንና ችግርን ይዞበት ይመጣል። ይህንን በማወቅ መሪው አንደበቱን ቆጠብ ማድረግና ያየውን ስህተት ለሚመለከተው ሰው ብቻ መናገርን መለማመድ ይጠበቅበታል።

4. በማህበር ፊት ግለሰቦችን ማንቋሸሽ

አንድ መሪ ስህተት ሲከሰት በግል በሚያርማቸውና በማህበር በሚያርማቸው ሁኔታዎች መካከል መለየት አለበት። አንድን በግሉ ሊመክረው የሚገባውን ሰው በማህበር ፊት ከዘለፈው ሁኔታው መራርነትን፣ ፍርሃትንና መለያየትን የመዝራት ኃይል አለው።

5. የማህበሩን አባላት ሃሳብ አስማስተናገድ

ዘወትር እሱ የሚናገረው ነገር እንዲሰማለት፣ ማህበሩም ጸጥና ለጥ ብሎ የእሱን ትእዛዝ ብቻ እንዲቀበል የሚፈልግ መሪ ለጊዜው ከፍርሃት የተነሳ የሚገዛለት ሰው ቢያገኝም የኋላ ኋላ ግን የሚፈነዳ አመጸኝነትን የሚያከማች መሪ ነው። የሰዎች ሃሳብ መቀበልና ማስተናገድ እምቅ ስሜትን ያስተነፍሳል።

ከቡድን አባላት የሚመጡ ችግሮች

1. እርስ በርስ መወቃቀስ

በአንድ ቡድን ውስጥ የተሰማሩ አባላት እርስ በርስ መወቃቀስና መካሰስ ሲጀምሩ፣ በፍጹም ጊዜ ሊሰጠው የማይገባው ችግር እንደሆነ በማወቅ ሁኔታው የሚተነፍስበትን መንገድ መፈለግ አለበት። መፍትሄ ሳይፈለግለት ለነገ የተላለፈ የእርስ በርስ ግጭት የድርጅቱን ሕልውና እስከመንካት ድረስ አሉታዊ ተጽእኖን ሊያመጣ ይችላል።

2. ሌላው በሰራው ስራ ዋጋን መቀበል

አንዳንድ ሰራተኞች ሌላው ሰው ባመጣው አዲስ ሃሳብና በለፋበት ስራ ጣልቃ በመግባት በአጉል ብልጠትና ውጤቱ ከእነሱ ልፋት የተነሳ እንደመጣ በማስመሰል ዋጋን መውሰድ ይፈልጋሉ። ይህ ሁኔታ ሲከሰት የተበዳዮች ልቦና ሊሻክር ይችላልና ሁኔታው የማይከሰትበትን አሰራር ለመመስረት መጣጣር የመሪው ድርሻ ነው።

3. ሲባው ሲተጋ ችሳ ማስት

አንዳንድ ሰራተኞች ለተሰማሩበት ስራ ካለምንም ማመንታትና ልግመኝነት የመልፋት ባህሪ ሲኖራቸው፣ ሌሎች ደግሞ የማሾፍና ከስራ የመውጫ ሰዓታቸው እስኪደርስ ድረስ እዚህና እዚያ በማለት ጊዜን የማቃጠል ብልጠት የተካኑ ናቸው። ሁኔታው ችላ ከተባለ ለአመራር አስቸጋሪ የሆኑ መራራ ፍሬዎችን ማፍራቱ አይቀርም።

4. በባልደረቦች ላይ አሉባልታን ማራባት

በማህበሩ አባላት መካከል ፈጽሞ ምንም አይነት ወሬ እንዳይኖር ለማድረግ የሚጣጣር መሪ ጊዜን ከማባከን ውጪ ምንም ፍሬ አያገኝም። ይህ እውነት እንደተጠበቀ ሆኖ፣ ለማህበሩ ጤንነትና ውጤት እንቅፋት የሚሆኑ አንዳንድ አሉባልታዎች ግን የአመራርን ጣልቃ ገብነት የሚፈልጉ እንደሆኑ ማስታወስ ተገቢ ነው።

5. በአመራር ላይ ክፉ ወሬን ማዛመት

“ወሬ ይወራብኝ ይሆን?” በሚል ስጋት ውስጥ መኖር ከበሰለ መሪ የሚጠበቅ አመለካከት አይደለም፡፡ ከወሬና ከአሉባልታ ነጻ የሆነ ሕይወት ለመምራት የሚፈልግ መሪ ያለው አማራጭ አንድ ነው - አመራሩን ማቆም! ሆኖም፣ አንዳንድ የማህበሩን ህልውናና የሰዎችን መብት የሚጋፉ አሉባልታዎች በዝምታ መታለፍ አይገባቸው፡፡

ክፍል ስድስት
የመሪው የግል ሕይወት

የዚህ ክፍል ዋና ዓላማ መሪው በስራው አለም ስኬታማ
ሆኖ የግል ሕይወቱን ችላ እንዳይል የሚያሳስቡ
እውነታዎችን መዳሰስ ነው።
በዚህ ክፍል ውስጥ የምንመለከታቸው ስድስት
ምእራፎች የሚከተሉት ናቸው፡-

31
ከዝለት ነጻ መሆን

"ዝለት ወደ አደጋና ወደ ጭቅጭቅ ይመራል፤ ብዙ ወዳጅነትንም ያቃውሳል፤ እንዲሁም መሰረታዊውን ነገር ያናጋል" - Ellen Kossek

32
ሃኪምን የማየት ልማድ

"መድኃኒትን ከመፈለግ ይልቅ አስቀድሞ በሽታን መከላከል የጥበበኛ ሰው ድርሻ ነው" - Thomas More

33
በቂ እንቅልፍና እረፍት

"ጥሩ ሳቅና በቂ እንቅልፍ በዶክተሮች መጽሐፍ ላይ ያልተጻፉ አሉ የተባሉ ፈውስ ምንጮች ናቸው" - Irish Proverb

34

"ዳይት" ወይም የምግብ አይነትና አመጋገብ

"ጤንነትህን የመጠበቂያው ብቸኛ መንገድ የማትወደውን ምግብ መመገብ፣ የማትወደውን መጠጥ መጠጣትና ማድረግ የማትፈልገውን ነገር ማድረግ ነው" - Mark Twain

35

ስፖርት

"እጅግ በስራ ብዛት ለተጨናነቀው የኑሮ ሁኔታህ የትኛው ሁኔታ ይመጥነዋል - በቀን አንድ ሰዓት ስፖርት መስራት ወይስ በቀን 24 ሰዓታት መሞት?" - Randy Glasbergen

36

ማህበራዊ ጤንነት

"አንድ ሕብረተሰብ ወደ ታላቅነት የሚያድገው አዛውንቶች በጥላው ስር እንደማይቀመጡ እያወቁ ዛፍን ሲተክሉ ነው" - Greek Proverb

ከዝለት (Burnout) ነጻ መሆን 31

"ዝለት ወደ አደጋና ወደ ጭቅጭቅ ይመራል፣ ብዙ ወዳጅነትንም ያቃውሳል፣ እንዲሁም መሰረታዊውን ነገር ያናጋል"
Ellen Kossek

የአመራር ውጣ ውረድ ይህ ነው አይባልም! ውሳኔ መስጠት፣ ችግር መፍታት፣ ስብሰባዎችን መምራት፣ እቅድ ማውጣት፣ መገምገም፣ በጀት ማውጣትና ማጽደቅ፣ የግኑነትና የኔትወርክ ስራን መስራት፣ ሰዎችን ማግባባትና ማስታረቅ፣ ተቃውሞን በቅን ልቦና መቀበል፣ ቤተሰብን መምራት፣ . . . ዝርዝሩ ብዙ ነው። እንዴት ነው አንድ ሰው ይህንን ሁሉ የሚሸከመው?

በርግጥ ነው በዚህ መጽሐፍ ላይ የተዘረዘሩትንም ሆነ አንዳንድ መሪው የሚያውቃቸውን የአመራር ስልቶች መከተል መሪው ከሸክሙ ከፊሉን በሰዎች ጫንቃ ላይ እንዲጥል ያደርገዋል። ይህንንም አድርጎ ግን የመጨረሻው ሃላፊነት ያለው መሪው ላይ ነው።

እንግዲህ አንድ መሪ ካልተጠነቀቀ ሳያስበውና መቼ እንደሆነ ሳያውቀው ራሱን እጅግ ዝሎና ደክሞ ሊያገኘው ይችላል። የአእምሮ ዝለት

የብዙ መሪዎች ችግር ነው። አእምሮ ሲዝል አካልም ይከተላል። በዚህ ጊዜ ነው ጉልበት አልቆ፣ ስሜት ዝሎ፣ የውስጥ ፈቃድ አልታዘዝ ማለት ጀምሮ ቀድሞ የነበረ የመሮጥ፣ የመስራትና የመትጋት መንፈስ የሚሸሸው - ዝለት!

የመዛል ስሜት ማለት አንድ ሰው ለረጅም ጊዜ በውጥረት ውስጥ ከመቆየቱ የተነሳ የስሜት፣ የአእምሮና የአካል መድከምና ባዶነት ሲሰማው የሚከሰት አስከፊና አደገኛ ሁኔታ ነው። በዚህ ስሜት ተጽእኖ ውስጥ የወደቀ መሪ የድካም፣ የተስፋ መቁረጥ፣ የመራራነትና የባዶነት ስሜት ያጠቃዋል። መነሳሳትን ማጣት፣ ቀድሞ ያጓጓው የነበረውን ነገር አሁን መስራት አለመፈለግና ነገን ለመጋፈጥ ፍላጎት ማጣት በጣም የተለመዱ ስሜቶች ናቸው።

ከላይ እንደተገለጸው ዝለት የሚመጣው በአካል፣ በአእምሮና በስሜት ላይ ካለማቋረጥ ረዘም ላለ ጊዜ ውጥረት ሲበዛ ሲሆን፣ የዚያ ሰው ማንነት ለተከሰተው ውጥረት የሚሰጠው ምላሽ ዝለት ይባላል።

ለዝለት (Burnout) የሚያጋልጡ ሁኔታዎች

የዝለት ስሜት እንዲሁ አይከሰትም። ለችግሩ መከሰት ምቹ የሚሆኑ ሁኔታዎች መገኘት አለባቸው። ቀደም ብለን እንደተመለከትነው በአመራር ስፍራ ላይ የተቀመጠ ሰው ብዙ ሃላፊነቶችን የተሸከመ ሰው ስለሆነ ለችግሩ መከሰት አመቺ የሆኑ ሁኔታዎች ውስጥ ራሱን ሊያገኘው ይችላል። ከዚህ በታች የምንመለከተው አንድን ሰው ለዝለት የሚያጋልጡ ሁኔታዎችን ነው።

1. ከአቅም በላይና ከቁጥጥር ውጪ የሆነ የስራ ጸባይ።
2. ጊዜንና ጉልበትን የሚጠይቅን ስራ ካለማቋረጥና ካለ እረፍት መስራት።
3. ድግግሞሽ የበዛበትና የማይለዋወጥ የስራ ጸባይ።
4. ብዙ ግፊትና ግር ግር የበዛበት የስራ ጸባይ።
5. ለእረፍትና ለመዝናናት ጊዜ አለመውሰድ።
6. ሁሉን ሰው ለማስደሰትና ለሁሉ ሰው ሁሉን ነገር ሆኖ ለመገኘት መጣጣር።
7. ብዙ ሃላፊነቶችን ካለበቂ ረዳት መሸከም።
8. በቂ እረፍትና እንቅልፍ አለማግኘት።
9. አንዲትም ስህተት መገኘት የለባትም የሚል የፍጹማዊነት ዝንባሌ።
10. አሉታዊ (ጨለምተኛ) ዝንባሌና አመለካከት።
11. ሁሉን ነገር ለመቆጣጠር የመሞከርና ጣልቃ የመግባት ዝንባሌ።
12. የተሳካለት መስሎ የመታየት ዝንባሌ።

የዝለት (Burnout) ምልክቶች

አንድ መሪ በዝለት ስሜት ተጽእኖ ውስጥ በሚወድቅበት ጊዜ የተለያዩ ምልክቶችን ማየት ይጀምራል። እነዚህ ምልክቶች በቀናት ወይም በወራት ውስጥ የሚከሰቱ አይደሉም። ቀስ በቀስና መሪው ሳያውቀው ስር የሚሰድዱና መሪው ወደ ፊት መቀጠል ሲያቅተው የሚታወቁ ስሜቶች ናቸው። የመዛል ምልክቶች የሚከተሉትን ያጠቃልላሉ።

1. ቀድሞ እንጓጓበት በነበረ ነገር አለመጓጓት።
2. አቅም የማጣት ስሜት።
3. ተስፋ ቢስ ስሜት።
4. የባዶነት ስሜት።
5. መጨናነቅ።
6. ከሰዎች የመለየት ስሜት።
7. የድብርት ስሜት።
8. የአሉታዊ (ጨለምተኛ) ስሜት።
9. የጭንቀት ስሜት።
10. የመነጫነጭ ስሜት።

ሆዝለት (Burnout) መፍትሄ

አንድ መሪ በተቻለው መጠን ለዝለት ከሚያጋልጡ ሁኔታዎች ቅድመ-ጥንቃቄ ሊያደርግ ይገባዋል። ሆኖም፣ አንዴ ችግሩ ከተከሰተ በኋላ ግን ራስን ለማረጋጋትና ከከፋ ሁኔታ ለመጠበቅ የሚከተሉትን እርምጃዎች እንዲወስድ ይመከራል።

1. በቂ የእረፍትና የመዝናኛ ጊዜ መውሰድ።
2. በቂ እንቅልፍ ማግኘት።
3. ትክክለኛ አመጋገብን መከተል።
4. በቂ የአካል እንቅስቃሴ (ስፖርት) ማድረግ።
5. ጊዜንና ሰዓትን በአግባቡና በልኩ መጠቀም መልመድ።
6. ከቅርብ ቤተሰብና ወዳጆች ጋር በቂ ጊዜን ማሳለፍ።

ሃኪምን የማየት ልማድ 32

"መድኃኒትን ከመፈለግ ይልቅ አስቀድሞ በሽታን መከላከል የጥበበኛ ሰው ድርሻ ነው"

Thomas More

መሪ የተሸከመውን ሃላፊነት በሚገባ ለመፈጸም የግድ ጤናማ ሊሆን ይገባዋል፡፡ ጤንነት ስራን ለማከናወን ብቻ አይደለም የሚያስፈልገው፤ በግልም ሆነ በማህበራዊ ሕይወት በሙላት ለመደሰት ጤንነት የግድ ነው፡፡ ሆኖም፣ አንድ ሰው ምንም የበሽታ ስሜት ካልተሰማው ጤነኛ ነኝ ብሎ ሊያስብ ይችላል፡፡ አንድ ሰው በሽታ እያለበት ምንም የህመም ስሜት ላይሰማው ይችላል፡፡ በአንጻሩ ደግሞ፣ የህመም ስሜት እየተሰማው፣ በሃኪም ምንም ነገር የማይገኝበትም ጊዜ ጥቂት አይደለም፡፡

አንድ ሰው ስጋዊ አካሉ ከበሽታ ተጽእኖ ውጪ ሲሆንና ባለበት የእድሜ ደረጃ ማከናወን የሚገባውን ተግባር በብቃት ማከናወን ሲችል አካላዊ ጤንነት አለው ይባላል፡፡ ስለዚህ አንድ ሰው ሙሉ ጤነኛ መሆኑን ለማረጋገጥ 1) ሙሉ ጤንነት ሊሰማው እና፤ 2) ሃኪም ጤና ነህ ብሎ ሊመሰክርለት የግድ ነው፡፡

ትክክለኛ የጤንነት ስሜቶች የሚከተሉትን ሶስት ነገሮች ያካትታሉ።

1. ጤናና ብርታት የተሞላው እንቅስቃሴ - የየእለት ተግባርን ለማከናወን በቂ ጉልበትና ደስተኛነት ማግኘት።
2. በቂ እንቅልፍን ማግኘት - በቀላሉ መተኛት፣ በጥሩ ሁኔታ መነሳትና ከእንቅልፍ ሲነሱ የማረፍ ስሜት።
3. ጤናማ የምግብ አወሳሰድ - የሰውነት ምግብን በሰላም የመቀበልና የማዋሃድ ሂደት።

እንግዲህ አንድ ሰው ከበሽታ ነጻ ለመሆን ሊወስዳቸው የሚገባቸው ዋና ዋና ነገሮች፡- 1) በበሽታ ከመያዙ በፊት ራስን መጠበቅ፤ 2) ለሕመም ከተጋለጠ በኋላ ደግሞ አስፈላጊውን ሕክምና መውሰድ ናቸው። እነዚህ ሁለት እርምጃዎች ለአንድ መሪ እጅግ አስፈላጊ ጉዳዮች ናቸው። ሁለቱም ደረጃዎች የግድ ሃኪምን የማየት ሂደት ያካተቱ ናቸው።

ከሕመም በፊት አስቀድሞ መጠንቀቅ

የበሽታ ሁሉ መንስኤ የጥንቃቄ ጉድለት ነው ብለን ሙሉ ለሙሉ ለመናገር ባንደፍርም፣ የአብዛኛዎቹ ሕመሞች ምንጭ ከታማሚው ጥንቃቄ ጉድለት ወይም ደግሞ ቸልተኝነት እንደሆነ አዋቂዎች ይነግሩናል። አንድ ሰው ለጤንነቱ መሰረታዊ የሆነን ነገር ከማድረግ ሲገታ ወይም ለጤንነቱ ጠንቅ የሆነን ነገር ማቆም ሲሳነው የኋላ ኋላ መዘዙ ብዙ ነው። የሚከተሉትን የተለመዱ ሁኔታዎች እንመልከት።

1. የኑሮ ዘይቤን መውደድ

አብዛኛዎቹ ተወዳጅና ጣፋጭ ምግቦች መጠናቸው ካልተገደበ ለተለያዩ የበሽታ አይነቶች የሚያጋልጡ እንደሆኑ የታወቀ ነው። ቅባት የበዛባቸው ምግቦችን፣ እንዲሁም ጣፋጭነትና ስኳር የበዛባቸው ምግቦችንና መጠጦችን ተወዳጅነት ሚዛናዊ በሆነ መልኩ ካልተያዙ አደጋቸው ብዙ ነው። ይህንን ሁኔታ ለመቆጣጠር የኑሮ ዘይቤንና ልማድን ለመቀየር ፈቃደኝነትና ጥረት አስፈላጊ ነው።

2. የሃኪምን ምክር አለመቀበል

የሕክምና አዋቂዎችን ምክር ለመቀበል በቅድሚያ ሃኪም ጋር የመሄድን ልማድ ማዘውተር የግድ ነው። ካልታመሙ በስተቀር ሃኪም ጋር ያለመሄድ ልማድ በሃገራችን የተለመደ ተግባር ነው። ሆኖም፣ አንዳንድ ሰዎች ከሃኪም ምክርን የመቀበሉ እድል እያላቸው እንኳ የሰሙትን ምክር ተግባር ላይ የማዋል ጥረትን ሲያሳዩ አይስተዋሉም። ሁኔታውም ችግር ከተከሰተ በኋላ እንዲባንኑ ያደርጋቸዋል።

3. እውቀትን አስማዳበር

መሪዎች ምንም እንኳ ሁሉን የማወቅ ሃላፊነት ባይኖርባቸው በሁለገብና በጠቅላላ እውቀት ግንዛቤ ግን ማደግ ይጠበቅባቸዋል። በተለይም የግላቸውን፣ የቤተሰባቸውንና የድርጅታቸውን ሕልውና በሚነኩ ጉዳዮች ላይ የሚቻለውን እውቀት ማዳበር ጥቅሙ እጅግ የላቀ ነው። በአመጋገብና በመሳሰሉት የጤንነትን ሁኔታ በሚወስኑ ሁኔታዎች ላይ መሰረታዊ መረጃዎችን ማግኘት ጠቃሚ ነው።

በሕመም ጊዜ ሃኪምን ማየት

ብዙ ሰዎች የሕመም ስሜት እያደረባቸው እንኳ ወደ ሃኪም የመሄድ ልማዱ የላቸውም። እንደዚህ የሚሆኑበት ምክንያት እንደ ሰዎቹ ይለያያል። ያም ሆነ ይህ ለህመም ስሜት ትኩረትን አለመስጠት የራሱ የሆነ ጠንቅ አለው። ከዚህ በታች እንደምንመለከተው ሰዎች ጤና የማጣት ስሜት ሲሰማቸው ወደ ሕክምና ዶክተር ከመሄድ ይልቅ እስኪብስ ድረስ የሚጠብቁበት የተለያዩ ምክንያቶች አሏቸው።

1. ከአሁን ከአሁን እየተሻለኝ ይሄዳል የሚል አስተሳሰብ

እውነተኛነቱ አነጋጋሪ ቢሆንም ብዙውን ጊዜ በዚህ አመለካከት ውስጥ የሚገኙት ከሴቶች ይልቅ ወንዶች ናቸው ተብሎ ይታመናል። ከዚህ በፊት እዚህና እዚያ ጋር የሕመም ስሜት ተሰምቶትና ወደ ሃኪም ሳይሄድ እንዲሁ የተሻለው ሰው ይህንን አመለካከት ወደማዳበር ሊመጣ ይችላል። ያለፈው ህመም ካለምንም ህክምና ሄደ ማለት የአሁኑ እንደዚያ ይሆናል ማለት ግን አይደለም።

2. የስነ-ልቦናዊ ዝግጁነት አለመኖር

ሊኖርብን ስለሚችለው የበሽታ አይነት እውነቱን ለማወቅ መፍራት የተለመደ ነው። ይህ ሁኔታ የሚመነጨው ሰዎች ይኖርብኛ ይሆናል ብለው የሚፈሩት በሽታ ካለ ነው። ሃኪም ጋር ሄደው እውነቱን ከማወቅ ይልቅ ዝም ብለውና አንገታቸውን ቀብረው መቆየትን ይመርጣሉ። በተለይም ስጋታቸው በሕብረተሰቡ መካከል በህመምተኛው ስሜት ላይ አሉታዊ ተጽእኖ ሊያመጣ የሚችል የበሽታ አይነት ከሆነ ይህ አይነቱ ዝንባሌ የተለመደ ይሆናል።

3. በቀላሉ የሚገኙ መድሃኒቶችን በመጠቀም መቆየት

ስሜትን ተከትሎ በሽታውን በመገመት፣ ሃኪም ጋር ከመሄድ ይልቅ በቅርቡ የሚገኙ ዘመናዊም ሆኑ የባህል መድሃኒቶችን በመጠቀም ለማስታገስ መሞከር

ለአንዳንዶች የተለመደ መንገድ ነው። ለምሳሌ፣ ሆዴን አመመኝ ብሎ የሆድ መድሃኒት ነው የተባለን ሁሉ በማፈራረቅ በመውሰድ መቆየት አንዱ የተለመደ ሁኔታ ነው። ከዚያም በሻገር በቀላሉ በመድሃኒት ቤቶች የሚገኙ ስሜቱን የማስታገስ ዝና ያላቸውን መድሃኒቶች በመውሰድም የሚቆዩ ሰዎች ቁጥር ቀላል አይደለም።

ከላይ ለመመልከት እንደሞከርነው፣ ጤንነት ለአንድ መሪ እጅግ አስፈላጊና ሊታሰብበት የሚገባ ጉዳይ ነው። ጤንነት በሕይወታችን ላይ ብዙ ተጽእኖ አለው። ከደስተኛነት ጋር፣ ቤተሰብን በሰላም ከማስተዳደር ጋር፣ ከአመራር ብቃትና እንዲሁም ከኢኮኖሚ ጋር አብሮ የተያያዘ ጉዳይ ስለሆነ በፍጹም ችላ ሊባል አይገባውም።

በቂ እንቅልፍና እረፍት 33

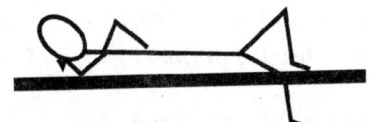

"ጥሩ ሳቅና በቂ እንቅልፍ በዶክተሮች
መጽሐፍ ላይ ያልተጻፉ እሉ የተባሉ
የፈውስ ምንጮች ናቸው"

Irish Proverb

አንድ በጣም ስራ የበዛበት ምግብ ቤት ቀኑን ሙሉ ሸዎችን ሲያስተናግድ ከዋለ በኂላ ሌሊት ይዘጋል። በዚህ ዝግ ሰዓት የቆሸሸው ይጸዳል፣ የጎደለው ይሟላል፣ የተበላሸው ይጠገናል። በሚቀጥለው ቀን ለስራ እንደገና ሲከፈት ትናንት ጠዋት እንደነበረ ንጹህ አዲስና የተሟላ ሆኖ ደንበኞችን ያስተናግዳል።

ሰውነታችንም እንደዚህ ነው። ማታ ማታ የሰውነታችን "ደጅ" ይዘጋና በእንቅልፍ ውስጥ እንደገና ይጠገናል። ሲነጋም አዲስና የተገነባ፣ ጉልበት ያለው ማንነት ይዘን እንነሳለን። ዋና ዋና ብልቶቻችን ይታደሳሉ፣ አሮጌ ሴሎቻችን በአዲስ ይለወጣሉ፣ አእምሮአችን በአዲስ መልኩ ሃሳብን በማፍለቅ ይነሳል። ለዚህ ነው እንቅልፍ ለማንኛውም ሰው፣ በተለይም በስራና በድካም ተወጣጥሮ ቀኑን ለሚያሳልፍ መሪ እጅግ አስፈላጊ የሆነው።

አንድ መሪ እንቅልፍ ማጣት በሕይወቱ ላይ ታላቅ የሆነን አደጋ

የሚያስከትል ጉዳይ እንደሆነ ሊያውቅ ይገባል፡፡ "ጥሩ እንቅልፍ የነጻ ስጦታ ነው፤ እንቅልፍ ማጣት ግን ዋጋ ያስከፍላል" የሚባለው አባባል እውነት ነው፡፡

ዶን ኮልበርት የተሰኘው የሕክምና ባለሞያ "ሰባቱ የጤንነት ምሰሶዎች" (The Seven Pillars of Health) በተሰኘው መጽሐፉ ውስጥ የበቂ እንቅልፍን ጥቅሞች፣ እንቅልፍ የማጣትን ሰበቦችና እንቅልፍ የማጣትን ምልክቶች አስመልክቶ የሚከተሉትን እውነታዎች አስፍሯል (Colbert, 2007, P. 37-44)፡፡

የእንቅልፍና የእረፍት ጥቅሞች

1. እንቅልፍ በሰውነት ውስጥ ያሉትን ጠቃሚ ሆርሞኖች ይቆጣጠራል፤ ይለቅቃልም፡፡

ስንተኛ የእድገት ሆርሞኖች ይመነጫሉ፡፡ ልጆች የሚያድጉት በዚህ ሁኔታ ነው፡፡ ጥሩ እንቅልፍ በአዋቂዎችም ላይ የጡንቻን ሁኔታ ያጠናክራል ክብደትንም ይቆጣጠራል፡፡

2. እንቅልፍ የእርጅናን ሂደት ይቀንሳል፡፡

እንቅልፍ የእርጅናን ፍጥነት ከመቀነስም ባሻገር የፊት መጨማደድንም የመቀነስ ውጤት አለው፡፡ አንድ ሰው የሚተኛው ጤናማ እንቅልፍ መጠን የእድሜውንም ርዝመት ይወስናል፡፡

3. እንቅልፍ ሰውነት መከላከያ ሃይላችንን (Immune System) ያጠናክራል፡፡

በቀን ሰባት ሰአት ከሚተኙ ሰዎች ይልቅ በቀን ዘጠኝ ሰአት የሚተኙ ሰዎች ሰውነትን የሚከላከሉ ሴሎቻቸው የጠነከሩ ናቸው፡፡ እነዚህ ሴሎች ቫይረሶችን፤ ባክቴሪያዎችንና ጀርሞችን በመከላከል የታወቁ ናቸው፡፡

4. እንቅልፍ የአእምሮን ተግባር ያሻሽላል፡፡

አንድ ጥናት እንደሚነግረን አንድ ሰው ለአጭር ጊዜ እንኳን እንቅልፍ በማጣት ችግር ውስጥ ካሳለፈ ይህ ሰው የንቁነትንና የግንዛቤን ችግር እንደሚያሳይ ነው፡፡

5. እንቅልፍ ኮርቲሶል (Cortisol) የተሰኘውን ንጥረ ነገር ከሰውነት ውስጥ ይቀንሳል፡፡

በእንቅልፍ ማጣት ምክንያት የሚመጣ ውጥረትና ጭንቀት የኮርቲሶል

መጠናችንን ይጨምረዋል። የዚህ ንጥረ ነገር መጨመር ደግሞ የአንጎላችንን የነርቭ እንቅስቃሴ ያዛባል። ውጤቱ፡- ተነጫናጭና ለዲፕረሽን የተጋለጡ መሆን ነው።

የእንቅልፍ ማጣት ሰበቦች

1. የስኳር በሽታ (Type 2 diabetes) የመጋለጥን እድል ሰፊ ያደርገዋል።
2. ደካማ፣ ሰነፍና ዘገምተኛ ያደርጋል።
3. የስራ ውጤታማነትን ይቀንሳል።
4. ለአደጋና ለመሳሰሉት የተጋለጠ ያደርጋል።
5. ከትዳር ጓደኛ ጋር የሚኖርን የግብረስጋ ግንኙነት ፍላጎት ይቀንሳል።
6. ለተለያዩ በሽታዎች በርን ይከፍታል።
7. የትዳርንና የቤተሰብን ሁኔታ ይጎዳል።

ጥሩ እንቅልፍን የሚሰርቁ ነገሮች

1. ጭንቀት፡- በአለም አንደኛው የእንቅልፍ ጸር ጭንቀት ነው። ብዙ ሰዎች ለሚያስጨንቃቸው ነገር መፍትሄ ፍለጋ ፈጥጠው ያድራሉ።
2. የአካል ህመም፡- ሪህ፣ ራስ ምታትና የመሳሰሉት ሕመሞች እንቅልፍን ይከለክላሉ።
3. ቡና እና የመሳሰሉት መጠጦች፡- እነዚህ መጠጦች በውስጣቸው ካፊን የተሰኘውን እንቅልፍ ከልካይ ንጥረ ነገር ስለያዙ እንቅልፍን ያዛባሉ።
4. ሲጃራ እና አልክሆል፡- አንዳንድ ሰዎች አልክሆል መጠጥ ያስተኛል ይላሉ። እውነቱ ግን ከዚያ የራቀ ነው።
5. መድሃኒቶች፡- አንዳንድ የአስም፣ የደም ግፊትና የመሳሰሉት መደሃኒቶች እንቅልፍ የመከልከል ባህሪይ አላቸው።
6. የአመጋገብ ሁኔታ፡- ከመተኛት በፊት ስኳር የበዛበት ምግብ መመገብ ሌሊት ላይ በረሃብ ስሜት እንድንነሳ ያደርጋል።
7. ስፖርት፡- ወደ መኝታ ከመሄዳቸው በፊት ባለው ሶስት ሰአት ውስጥ ስፖርት የሚሰሩ ሰዎች እንቅልፍ ይነሳቸዋል።
8. የማይመች አልጋና ትራስ፡- በጣም ደረቅ ወይም ለመጥማጣ አልጋ እና አስቸጋሪ ትራስ የእንቅልፍ ጸሮች ናቸው።
9. የሚያንኮራፋ የትዳር ጓደኛ፡- ይህ ችግር ያለበት የትዳር ጓደኛ የእንቅልፍ ማጣት ምክንያት ይሆናል። የሚያንኮራፋ የትዳር ጓደኛ ያለው ሰው በየሰዓቱ ቢያንስ 20 ጊዜ በመጠኑም ቢሆን ይነቃል ተብሎ ይታመናል።

10. ፕሮስቴት የተሰኘው እጢ ማደግ፡- ይህ ችግር ያለባቸው ወንዶች ብዙ ጊዜ ሽንት መሽናት ስላለባቸው እንቅልፋቸው ይቋረጣል፡፡
11. ገና የተወለዱ ህጻናት፡- ገና የተወለዱ ሕጻናት በማንኛውም ሰአት ቤተሰብን ስለሚቀሰቅሱ እንቅልፍ ያሳጣሉ፡፡
12. የአካባቢ ሁኔታ፡- የጎረቤት ድምጽ፣ የሚጮህ ውሻ፣ በጣም የሚሞቅ ወይም የሚበርድ ክፍልና የመሳሰሉት ሁኔታዎች እንቅልፍን ይረብሻሉ፡፡

ብዙ ሰዎች "በቀን ከአምስት ሰአት በላይ አልተኛም" በማለት ሁኔታውን እንደ ጀግንነት ሲናገሩ ይሰማሉ፡፡ እነዚህ ሰዎች ራሳቸውን የሚያታልሉ ሰዎች ናቸው፡፡ አንድ ለአቅመ አዳም (ሄዋን) የደረሰ ሰው በቀን ከሰባት እስከ ዘጠኝ ሰአት መተኛት አለበት፡፡ ይህ እንዲሆን ከሚረዱን ነገሮች አንዱ በጊዜ መተኛትን መልመድ ነው፡፡

የእንቅልፍን አስፈላጊነት በፍጹም ችላ ልንለው አይገባም፡፡ በሰውነታችን ውስጥ ከ60 እስከ 100 ትሪሊየን የሚደርሱ ሴሎች አሉን፡፡ 95 በመቶ ሴሎቻችን በየአመቱ በአዲስ ይተካሉ፡፡ ይህ የሚሆነው በጥሩ እንቅልፍ ጊዜ ነው፡፡ አንድ መሪ ለሶፋው ምቾት ከመጨነቁ በፊት ለአልጋው ምቾት መጨነቅ አለበት፡፡ ምክንያቱም በ24 ሰአት ውስጥ ብዙውን ጊዜውን የሚያሳልፈው በአልጋው ላይ ስለሆነ ነው፡፡ ሊቆጣጠራቸው የሚችላቸውን እንቅልፍ ከልካይ ሁኔታዎች በሙሉ ለማስተካከል መሞከር አለበት፡፡

መሪ በስራ ብዛት ካለልክ በሚወጠርበት ጊዜ በጤንነቱ ላይ ታላቅ ጠንቅ እንደሚያስከትል ማስታወስ አለበት፡፡ ስራ የበዛባቸው ሰዎች ማድረግ ከሚችሉት ጤናማ ነገር አንዱ በቀኑ መካከል አጭር የእንቅልፍ ጊዜ ወይም ናፕ (Nap) መውሰድ ነው፡፡

የአለማችን አዋቂና ስኬታማ ሰዎች ናፕ በማድረግ ልማዳቸው የታወቁ ናቸው፡፡ ብዙ መረጃ በቀላሉ ማግኘት ከሚቻልበት ከምእራቡ አለም እንደ ምሳሌ ብንወስድ - ዊንስተን ቸርችሂል፣ ጆኔፍ ኬኔዲ፣ ሮናልድ ሬገን፣ ናፖሊዮን፣ አልበርት አንስታይን፣ ቶማስ ኤዲሰንና ጆርጅ ቡሽን መጥቀስ በቂ ነው፡፡ የሃገራችን ውድና ታዋቂ ወገኖቻችን መረጃ ቢኖረን ኖሮ ይህንን እውነት እንደሚያሳየን እሙን ነው፡፡

የእንቅልፍ እጦት እንዳለብህ አመላካች ነጥቦች

1. ጠዋት ለመነሳት ደውል ወይም ቀስቃሽ ሰው ትፈልጋለህ?
2. መኪና ስትነዳ ወይም ተሳፍረህ ስትሄድ የመፍዘዝ ባህሪይ ይታይብሃል?
3. በቀኑ መካከል ላይ የመድከም፣ ሃይል የማጣትና የዝለት ስሜት ይሰማሃል?
4. በቶሎ የምትነጫነጭና የምትበሳጭ አይነት ሰው ነህ? (የትዳር ጓደኛህን ጠይቅ፣ እቅጩን ትሰማለህ)፡፡

5. ትንሽ የተባለ ድምጽ የሚቀሰቅስህ አይነት ሰው ነህ?
6. የማያቋርጥ ጭንቀት ያለብህና የሚያስጨንቅህን ሃሳብ ከአእምሮህ ማውጣት ያቃተህ አይነት ሰው ነህ?

ለእነዚህ ጥያቄዎች ለአንዳንዶቹ እንኳን አዎን የሚል መልስ ካለህ የእንቅልፍ ማጣት ችግር አለብህና ለማስተካከል ጥረትን አድርግ።

የምግብ አይነትና አመጋገብ 34

“ጤንነትህን የመጠበቂያው ብቸኛ መንገድ የማትወደውን ምግብ መመገብ፣ የማትወደውን መጠጥ መጠጣትና ማድረግ የማትፈልገውን ነገር ማድረግ ነው”

Mark Twain

ከላይ የተጠቀሰው አባባል እውነትነት ያለው፣ አብዛኛውን ጊዜ የምንወዳቸው የምግብ አይነቶች ለጤንነት ቀውስ ምክንያቶች በመሆናቸው ላይ ነው። አንድ ሰው ወደ ሰውነቱ በምግብ መልክ የሚያስገባው ነገር በሙሉ በሰውነቱ ላይ ወይ ለጤንነት ወይም ለበሽታ የማጋለጥ ብቃት አለው። ከእለት እለት እየባሰ በሚሄድ የስራ ውጥረት ውስጥ ራሱን ያገኘ መሪ በስራው መካከል በተገኘው ጊዜ የተገኘውን የምግብ አይነት ወደ መመገብ ልማድ ውስጥ ሊገባ ይችላል።

አንድ ሰው ስለሚመገበው የምግብ መጠን ብቻ ሳይሆን ስለጥራቱም ሊጠነቀቅ ይገባዋል። የዚህ ክፍል ዋና ዓላማ የጠቃሚ ምግብ አይነቶችን የመዘርዘር ሳይሆን ስለጤናማ አመጋገብ አስፈላጊነት የማስታወስ ነው። ዶን ኮልበርት በአመጋገብ ጉዳይ ላይ የሚከተሉትን እውነታዎች ያስታውሰናል (Colbert, 2007, P. 37-44)።

ሶስት የተለመዱ ችግሮች

በቂ የምግብ መጠን አለመመገብ

በቂ ያለመመገብ ችግር የምግቡን አይነት ወይም የምግቡን መጠን አስመልክቶ ሊከሰት ይችላል። በስራ እጅግ የተወጣጠረ መሪ ለምግብ ጊዜን የማጣት ሁኔታ ውስጥ ሊገባና የምግብ አወሳሰድ መጠኑ እየቀነሰ ሊሄድ ይችላል።

ብዙ የምግብ መጠን መመገብ

ብዙ የመመገብ ችግር የምግብን መጠንን የሚያመላክት ነው። ከልክ ያለፈ ነገር ሁሉ በአካል ላይ ጤና ቢስ ተጽእኖ አለው። አዋቂዎች እንደሚያስተምሩን በአንድ ጊዜ ሰውነት እስኪጨናነቅ ድረስ ብዙ መመገብ የጤና ጠንቅ ነው።

ለአደጋ የሚያጋልጡ የምግብ አይነቶችን መመገብ

ከተለያዩ ምክንያቶች የተነሳ "ትክክለኛ" ምግብ ከመመገብ ይልቅ ለጊዜው ጣፍጦ የተገኘውንና የተለመደውን የምግብ አይነት ማዘውተር በጤንነት ላይ ታላቅ የሆነ አሉታዊ ተጽእኖ አለው።

ከአመጋገብ ጋር የተያያዙ ችግሮች

1. የክብደት መጨመር

የብዙ ሰዎች ችግር ብዙና ለአደጋ የሚያጋልጡ የምግብ አይነቶች የማዘውተር ችግር እንደሆነ የሚታወቅ ነው። አንድ ሰው ለሚወስደው የምግብ አይነትና መጠን ትኩረት ካልሰጠ የክብደት አለቅጥ መጨመር ችግር መከተሉ የማይቀር ነው። ክብደት መጨመር በራሱ የሚያስከትለውን ችግር ለመረዳትና በቂ መረጃዎችን ለማግኘት በቀላሉ የሚገኙ መጻሕፍቶችን ወይም የድህረ-ገጾችን ማየት በቂ ነው።

2. የተለያዩ በሽታዎች

የተዛባና ስርአት የለሽ አመጋገብ ለተለያዩ የበሽታ አይነቶች ያጋልጣል። ለምሳሌ፣ ባለንበት ሚሊንየም ውስጥ እንደ ቅባት ወይም ስኳር የመሳሰሉት ነገሮች የበዛባቸው ምግቦችን ማዘውተር የሚያስከትለውን የጤና መዘዝ የማያውቅ መሪ ካለ እጅግ አስገራሚ ነው።

3. የአቅም ማጣት

የትክክለኛ አመጋገብ ጉድለት ለሰውነታችን ጠንቅ የሚሆንን የምግብ መጠን እንድንወስድ ከማድረጉ ባሻገር ሰውነታችን የሚፈልገውንም ንጥረ ነገር ይነፍገዋል። ይህ ሁኔታ ለየእለት ተግባር ንቁነትንና አቅምን የማድረቅ መዘዝ ሊያመጣ እንደሚችል አዋቂዎች የሚናገሩት እውነት ነው።

4. የእድሜ ማጠር

"ሰው ወደ መሆን የሚመጣው የሚበላውን ነው!" ከአመጋገብ የተነሳ የሚከተሉ የበሽታ አይነቶች ከእድሜ ርዝመትና ጥራት ጋረ በቀጥተኛ መንገድ ይገናኛሉ። ስጋ ነክ ምግቦችን ብቻ ከማዘውተር ይልቅ አመጋገብን ከአትክልትና ከፍራፍሬዎች ጋር ሚዛናዊ ማድረግ በጤንነትም ሆነ በእድሜ ላይ ትልቅ ስፍራ አለው።

ስለአመጋገብ ሁኔታ ካነሳን አይቀር የውኃን ጠቃሚነት ጠቁሞ ማለፉ አስፈላጊ ነው። ሰው ከአምስት እስከ ሰባት ሳምንታት ካለምግብ መኖር ይችላል፤ ከውሃ ውጪ ግን ከሶስት እስከ አምስት ቀናት የበለጠ መኖር አይችም። ውኃ ለህልውናችን እጅግ አስፈላጊ ነገር መሆኑ ቢታወቅም ውሃ ያለመጠጣት ልማድ ያላቸው ሰዎች ቁጥር ጥቂት አይደለም። አንዳንድ ሰዎች የውሃን ጣእም እስከመጸየፍ ይደርሳሉ። ውሃ ከመጠጣት ይልቅ የለስላሳ መጠጦችንና ሌሎችን የተለያዩ የመጠጥ አይነቶች በመጠጣት ላይ ብቻ የሚደገፉ ሰዎች አሉ።

በውሃ እጥረት የሚፈጠሩ ችግሮች

ሰውነታችን በቀን ከ1.5 እስከ 2 ሊትር ውሃ በላብ፣ በሽንትና በትንፋሽ ያባክናል። ይህንን መጠን ውሃን በመጠጣት ካልተካነውና እስኪጠማን ከጠበቅን ሰውነታችን በውሃ እጥረት ውስጥ እንዳለ ማስታወስ አለብን። በቂ ውሃ በማንጠጣበት ጊዜ ሊከሰት ስለሚችለው ሁኔታ ለማወቅ በቀላሉ የውሃን ጥቅም መለየት በቂ ነው።

- ውሃ ሰውነትና የመገጣጠሚያ ክፍሎቻችን ሁሉ በለሰለሰ ሁኔታ እንዲብላሉ ይጠቅማል። ስለዚህም የወገብ ህመምንና ሪህን የማስታገስ ብቃት አለው።
- ውሃ የሰውነትን የመከላከያ ብቃት ይጨምራል።
- ውሃ በልብና በጭንቅላት ላይ ባሉ ቧንቧዎቻችን ውስጥ ደም እንዳይረጋ ይረዳል።
- ውሃ የአእምሮን ቀልጣፋነት በቀጥተኛ ሁኔታ ይነካል፤ ትኩረት የመስጠትንም ብቃት ይጨምራል።
- ውሃ በእድሜ እየገፋን ስንሄድ የሚመጣን የመርሳት ሁኔታ የማስወገድ

ብቃት አለው።

- ውሃ የፊትን ገጽታ የማሳመር ጥቅም አለው። በቂ ውሃ የሚጠጣ ሰው ቆዳው ልስላሴን ያሳያል። ውሃ ከእድሜ የሚመጣን የፊት መጨማደድንም ይቀንሳል።

አንድ ሰው በሰውነቱ ውስጥ የውሃ እጥረት ሲኖረው ሰውነቱ ያለችውን ጥቂት ውሃ በጣም አስፈላጊ ለሚባሉት አካል ክፍሎቹ ብቻ በመጠቀም ሌሎቹን አካሎቻችንን ይነፍጋቸዋል። በሌላ አባባል በውሃ እጥረት ምክንያት ቢጎዱ በጤንነታችን ላይ ታላቅ ቀውስ ሊፈጥሩ የሚችሉትን የአካል ክፍሎቻችንን ያጠባቸዋል። እነዚህ ዋና ዋና ክፍሎች - አእምሮ፣ ልብ፣ ሳንባ፣ ጉበትና ኩላሊት ናቸው።

ሰውነታችን እነዚህን ቁልፍ የአካል ክፍሎች ለመጠበቅ ውሃውን ሁሉ ወደ እነዙ ሲያዞር፣ ሌሎች ውኃ ቢያጥራቸው ብዙ የማይጎዱንን የአካል ክፍሎች ውኃ በመንፈግ ይበድላቸዋል። ለዚህ ነው ውሃ ያጠረው ሰው በቆዳውና በመሳሰሉት ቀለል ባሉ ክፍሎች ላይ ቶሎ የሚታይበት። የውሃ እጥረት ከሚያመጣቸው ቀውሶች መካከል የመገጣጠሚያ ህመምና ሪህ፣ የደም ብዛት፣ ምግብ የመፍጨት ችግርና አስም ይገኙበታል።

ምን ያህል ውሃ በምን ያህል ጊዜ ልጠጣ?

አንድ ሰው በአማካኝ በቀን ቢያንስ ከ2 እስከ 3 ሊትር ውሃ መጠጣት አለበት። ሆኖም፣ ይህንን ያህል ውሃ በፈሳሽ መልክ ማግኘት የለበትም። ከፍራ ፍሬና ከመሳሰሉት የውሃ መጠን ካቀፉ ምግቦች ፈሳሽን ማግኘቱ አይቀርም። ለምሳሌ ሙዝ 70%፤ አፕል 80%፤ ቲማቲም እና ሃብሃብ 90%፤ ሰላጣ 95% ውሃን ያቀፉ አትክልቶች ናቸው።

ስፖርት 35

"እጅግ በስራ ብዛት ለተጨናነቀው
የኑሮ ሁኔታህ የትኛው ሁኔታ ይመጥነዋል
- በቀን አንድ ሰዓት ስፖርት መስራት ወይስ
በቀን 24 ሰዓታት መሞት?"

Randy Glasbergen

አንድ ስራ የበዛበት መሪ እንደ ስፖርት ለመሳሰሉ ለአመለካከቱና ለጤንነቱ ጠቃሚ ለሆኑ ነገሮች ጊዜንም ሆነ ፍላጎትንና ጉልበትን ሊያጣ ይችላል። በጠዋት ተነስቶ ሳይከናወን ያደረውን የትናንት ስራ ለመጋፈጥ ውስጡ ይቸኩላል። ቀኑ ሲፈጸም ደግሞ ብዙ ያወጣውና ያወረደው አእምሮው ስለሚዝል በስሜቱና በአካሉ ላይ ተጽእኖ ያመጣል። አንዳንድ መሪዎች የሚሸከሙት የስራ ጸባይ እቤታቸው ድረስ አብሮአቸው የሚሄድበት ጊዜም አለ።

በዚህ ዑደት ውስጥ በየቀኑ የሚያልፍ መሪ ለስፖርት ጊዜን ይሰጣል የሚለው ግምት አጠራጣሪ ነው። ይህ ሁኔታ የሚከሰተው የስፖርትን ጥቅም ካለማወቅ ወይም ደግሞ ጥቅሙን እያወቁ ለውሳኔ ካለመዘጋጀትና ለነገ ከማስተላለፍ ነው። የስፖርትን ጥቅም ያወቀ መሪ ግን በብዙ የስራ ውጥረት ውስጥ እንኳ ጊዜን ለስፖርት መስጠቱን አያቆምም።

በአሜሪካ ውስጥ በሮቼስተር፣ ሚነሶታ የሚገኘው ሜዮ ክሊኒክ

የተሰኘው በዓለም ታዋቂነት ያለው በጎ-አድራጊ ድርጅት ስለስፖርት ጥቅም የሚከተሉትን እውነታዎች ይመክረናል (Mayo Clinic, n.d., Fitness)።

1. ስፖርት የስሜትን ሁኔታ ያሻሽላል

አንድ ሰው በስራና በተለያዩ ሁኔታዎች ተወጥሮ ካሳለፈ በኋላ በ30 ደቂቃ ስፖርት ሰውነቱን ቢያንቀሳቅስ ውጥረቱን እንደሚቀንስለት ይታመናል። የስፖርት እንቅስቃሴ በአእምሮ ውስጥ የሚገኙ የደስታንና የመዝናናትን ስሜት የሚሰጡ ንጥረ ነገሮችን ይለቅቃል። መልካም ገጽታ፣ ጥሩ ስሜትና በራስ መተማመንን ይሰጣል።

2. ስፖርት ሕክከፌ በሽታዎችን ይከላከላል

በስፖርት ምክንያት ሊጠፋ ወይም ደግሞ በቁጥጥር ስር ሊውል የሚችል የተለመደ የበሽታ አይነት አንዱ የደም ግፊት ችግር ነው። ስፖርት የኮሌስትሮል መጠንንም የመቀነስና የመቆጣጠር ጥቅም አለው። ቀጣይነት ያለው ስፖርት በደም ቧንቧ ውስጥ የሚጠራቀመውን የቅባት ክምችት ከማስወገዱ ባሻገር፣ ካንሰርንና ስኳር በሽታን የመሳሰሉ በሽታዎች ይከላከላል።

3. ስፖርት የክብደትን መጠን ይቆጣጠራል

አንድ ሰው ቶሎ ከመድከምና በቀላሉ ከመታመም መትረፍ ከፈለገ፣ ክብደት መቀነስ ዋነኛው መንገድ ነው፣ ይህ እንዲሆን ደግሞ ስፖርት ማዘውተር የግድ ነው። አንድ ሰው የስፖርት እንቅስቃሴዎችን ሲያደርግ የሰውነቱን ቅባት ወይም ስብ ስለሚያቃጥል ክብደትን መቀነስ ቀላል ሆኖ ያገኘዋል። ለአንዳንድ ሰዎች ሰውነትን ለማንቀሳቀስ ብዙ አስቸጋሪ አይደለም፤ ሊፍት ከመጠቀም ደረጃን በመውጣት፣ ሰውን ከማዘዝ ራስ ለማድረግ በመወሰንና ተቀምጦ ከመዋል በመንቀሳቀስ ሰውነታቸው ያፍታታሉ።

4. ስፖርት ጉልበትን ይጨምራል

በብዙ ስራ የተጠመደ ሰው ስለደከመው ስፖርትን መስራት እንደማይችል ሊያስብ ይችላል። እውነታው ግን የዚህ ተቃራኒ ነው። ስፖርት በመስራቱ ምክንያት ለስራው የበለጠ ጉልበትንና ንቁነትን ይጨምራል እንጂ ድካምን አይጨምርም። ስፖርት የኦክስጂንን መጠን በደማችን ውስጥ ስለሚጨምር ልባችንና ሳምባችን በሚገባ እንዲሰሩ ያደርግና ጉልበትን ይጨምርልናል።

5. ስፖርት የእንቅልፍን ጥራት ይጨምራል

በቂ እንቅልፍ በስራ ላይ ያለን ትኩረትና ውጤታማነት ብቻ ሳይሆን የስሜትንም ጥራት ይጨምራል። ቀጣይነት ያለው ስፖርት በቶሎ እንቅልፍ የመውሰድን ሁኔታ ከማመቻቸቱም በላይ የጠለቀና እረፍት የሞላው እንቅልፍ እንድናገኝ ያግዛል። ከእንቅልፍ ሰዓት በፊት ስፖርት መስራት እንቅልፍን የመከልከል ባህሪይ እንዳለውም ማስታወስ ጠቃሚ ነው።

6. ስፖርት በግብረ-ስጋ ግንኙነት ላይ ተጽእኖ ያመጣል

የስራ ውጥረት፣ የሰውነት መዛልና የስሜት ቀውስ የመሳሰሉት ነገሮች በትዳር ውስጥ ታላቅ ስፍራ ባለው የግብረ-ስጋ ግንኙነት (Sex) ላይ ተጽእኖ አላቸው። ስፖርት ለአንድ ሰው የብርቱነት ስሜትና "የተስተካከለ ቁመና አለኝ" የሚል ጥሩ ስሜት ይሰጣል። ከዚህም ባሻገር፣ ከትዳር ጓደኛው ጋር ባለው የግብረ-ስጋ ግንኙነት ወቅት ፍላጎትንና ጉልበትን ከማጣት ይጠበቃል።

7. ስፖርት ማህበራዊ ኑሮንና ደስታን ይፈጥራል

የስፖርት ጠቀሜታ ከጤንነትና ከክብደት መቀነስ ያለፈ ነው። በስራ ብዛት የተወጣጠረ መሪ ከስራው አካባቢ ወጣ ባለና በፍጹም ከስራው ጋር ግንኙነት በሌለው አካባቢ ማሳለፍ እጅግ ጠቃሚ ሆኖ ያገኘዋል። የተለያዩ አመለካከቶቹን፣ ፍላጎቶቹንና የደስታ ምንጮቹን ከሚጋሩ ሰዎች ጋር በስፖርት መስክ አብሮ ማሳለፍ የእረፍትን ስሜትና በአዲስ መንፈስ ወደ ስራ የመመለስን ፍላጎት ሊያሳድርበት ይችላል።

አንዳንድ ሰዎች "ያለሁበት እድሜ ለስፖርት አይመጥንም" የሚል ምክንያት ሲሰጡ ይሰማሉ። እድሜ ግን ስፖርተኛነትን አይወስንም፤ ስፖርተኛነት ግን የእድሜን ተጽእኖ ይወስናል።

"እያረጀን ስለመጣን አይደለም ስፖርትን የምናቆመው፣
ስፖርትን እያቆምን ስለመጣን ነው እያረጀን የመጣነው" - Dr. Kenneth Cooper

ማህበራዊ ጤንነት 36

"አንድ ሕብረተሰብ ወደ ታላቅነት የሚያድገው አዛውንቶች በጥላው ስር እንደማይቀመጡ እያወቁ ዛፍን ሲተክሉ ነው"

Greek Proverb

ሰው ማህበራዊ ፍጡር ነው! አንዱ ሰው ከሌላው ሰው ውጪ መኖር አይችልም። ይህንን የማይለወጥ እውነታ መቀበልና በተቻለ መጠን ጤናማ የሕብረተሰብ ዜጋ መሆን አስፈላጊ ነው። ይህ እንዲሆን መሪ ራሱን የሚመራበት መርህ ያስፈልገዋል። አንድ ሕብረተሰብ ጤናማ የሚሆነው ዜጎቹ በመርህ የመመራትን ሁኔታ ሲያዳብሩ ነው።

መርህ ማለት ምን ማለት ነው?

መርህ ማለት ሕይወታችንን የምንመራበት ኮምፓስ ማለት ነው። መርከብ ኮምፓስ ከሌለው ወደየት እንደሚሄድ እንደማይታወቅና እንደሚጠፋ፣ መርህ የሌለው ሰው እንዲሁ ነው፤ የመጣው የሃሳብና የሁኔታ ነፋስ ይወስደዋል። በአጭሩ በሕይወታችን እንዲከናወኑ የምንፈቅድላቸውንና

የማንፈቅድላቸውን ነገሮች የምናጣራው በውስጣችን በተተከለው መርህ ነው፡፡

መርህ የምናደርገውን ነገር ለምን እንደምናደርግ መተርጎሚያው መሳሪያችን ነው፡፡ መርሃችን ጊዜአችንን የምናጠፋበት ሁኔታ፣ የገንዘብ አወጣጣችን ሁኔታ፣ የጓደኛ አመራረጣችንን ሂደት እንዲሁም ሌሎች አስፈላጊ ውሳኔዎቻችንን ይወስናል፡፡

መርህ የመጥፋቱ አንዱ ምልክት ሰው በአንደበቱ የሚናገረውና በውስጡ የሚያስበው ወይም የሚተገብረው መለያየቱ ነው፡፡ አንድን ነገር በፍጹም ሳያምንበት ሌላ የተሻለ ምርጫ እስኪገኝ ብቻ መከተልም የመርህ አለመኖር ምልክት ሊሆን ይችላል፡፡

መርህ የሌለው ሰው አንድን ነገር የሚያደርግልን ስላመነበት ሳይሆን በይሉኝታ ወይም በሌላ ሰው ግፊትና ተጽእኖ በመገደድ ነው፡፡ መርህ የሌለው ሰው ማድረግ የሌለበትንና ስህተት እንደሆነ ያወቀውን ነገር በሁኔታዎች ተገድዶና በይሉኝታ ሲያደርግ ይገኛል፡፡

ሰውን የከበረና በሕብረተሰቡ መካከል የመልካም ተጽእኖ ሰው የሚያደርገው የገንዘቡ ብዛት፣ የእውቀቱ ጥልቀት፣ የዘሩ "ጥራት" ወይም የኃይልና ስልጣኑ ብርታት አይደለም፡፡ ሰውን ትክክለኛ የተጽእኖ ሰው የሚያደርገው በሕይወቱ ያለ መርህ ነው፡፡ ሕብረተሰብ የሚበከለው መርህ የሌለው መሪ፣ መርህ የሌለው ነጋዴ፣ መርህ የሌለው አስተማሪ . . . ሲበዛ ነው፡፡ መርህ ብዙ ጥቅሞች አሉት፡፡

የመርህ ጥቅሞች

1. መርህ ራስህን አክብረህና ተከብረህ እንድትኖር ያደርግሃል፡፡
2. መርህ ሰዎች እንዲያምኑህ ያደርግልሃል፡፡
3. መርህ መጨረሻህን ያሳምረዋል፡፡
4. መርህ የተገኘውን እድል እየተከተሉ ከአንዱ ዓላማ ወደ ሌላኛው ከመቅበዝበዝ ሕይወት ይጠብቅሃል፡፡
5. መርህ በችግርና በውጥረት ውስጥ ከዋና ዓላማህ እንዳትወጣ ይደግፍሃል፡፡

በመርህ ስመራ የሚከተሉት ምልክቶች ይታዩብኛል

1. አንድን ነገር የማደርገው ሌላ ሰው ስላደረገው ብቻ ሳይሆን ትክክለኛ ነገር ስለሆነና ስላመንኩበት ነው፡፡
2. አንድን ነገር የማደርገው አለቃ ወይም የምፈራው ሰው ስላየኝ፣ ስላመሰገነኝ ወይም ስለተቆጣጠረኝ ሳይሆን ስላመንኩበት ነው፡፡
3. ማድረግ ያለብኝን ሃላፊነት ዝም ስባል ባለማድረግ፣ ሲነገረኝና ቁጥጥር ሲበዛ ደግሞ በማድረግ ስራውን አልበድልም፡፡ ስላመንኩበት የማድረግ ሰው ነኝ፡፡
4. ማክበር የሚገባኝን ሰው ደካማ ጎን ስላየሁበት ወይም ስላላየሁበት ሳይሆን

በውስጤ ከተተከለው መርህ የተነሳና ሰው በመሆኑ ብቻ አከብረዋለሁ።

5. አንድን ነገር የማደርገው ስለመሰለኝ ወይም ስሜቱ ለዚያ ነገር ስለተነሳሳ ሳይሆን ባደርገው የሚመጣውን መልካም ውጤት፣ ባላደርገው ደግሞ የሚያስከትለውን ጉድለት በሚገባ በማወቅ ነው።
6. የስራ ሃላፊነቴን መብቴ ሲነካ ችላ የምል መብቴ ሲከበር ጀምሮ የምተገብር ሰው አይደለሁም። ከመርህ አንጻርና ስላመንኩበት በተግባሬ እጸናለሁ።
7. በተሰማራሁበት ቦታ ነገሮች፣ ሁኔታዎችና ሰዎች መስመርሲለቁ በውስጤ መርህ ስለምነዳ እኔ መስመር አልለቅም። የአንድን ነገር ትክክለኛነት የሚወስነው ሁሉም ሰው ያንን ነገር የማድረጉ ሁኔታ ሳይሆን የነገሩ ትክክለኛነት ብቻ ነው።
8. ሰዎች ቢቀበሉኝም ባይቀበሉኝም በውስጤ ካሳመነኝ መርህ የተነሳ ማድረግ ያለብኝን ትክክለኛ ነገር ከማድረግ አልመለስም።
9. አንድን ማድረግ ያለብኝ ነገር ላለማድረግ በቂ ምክንያት ቢኖረኝ፣ ማድረግ የሌለብኝንም ነገር ለማድረግ በቂ ምክንያት ቢኖረኝም ከመርህ የተነሳ ጨዋ እሆናለሁ።

አንድ ህብረተሰብ የቤተሰቦች ጥርቅም ነው፤ ቤተሰብ ደግሞ የግለሰቦች ጥርቅም ነው። ስለዚህም በግል ሕይወቱ በመርህ የሚመራ መሪ ተጽእኖው ከቤተሰቡ ይጀመርና ወደ ሕብረተሰቡ ይዘልቃል። የተፍረከረከ ግለሰብ፣ የተፍረከረከ ቤተሰብ! የተፍረከረከ ቤተሰብ፣ የተፍረከረከ ሕብረተሰብ!

የቤተሰብ ሕይወት

የአመራር ሁሉ አመራር የግል ሕይወትን በሚገባ መምራት ነው። በቅጡና በጥሩ መርህ የተመራ የግል ሕይወት ደግሞ ወደ ቤተሰብ የሚዘልቅ ተጽእኖ አለው። እንደ እውነቱ ከሆነ ቤተሰቡን በቅጡ መምራት ያልቻለ ሰው እንዴት ማህበረሰብን ይመራል? በአመራር ተጽእኖው የበሰለ መሪ በቅድሚያ ለቤተሰብ ህይወቱ ትኩረት የሰጠ መሪ ነው። ማንኛውም ተቋም ውስጥ የምናገኛቸው ሰዎች ምንጫቸው ቤተሰብ ነው። ቤተሰብ ሲፈርስና ሲደክም ሁሉ ነገር ይደክማል። የሚከተሉትን ጤናማ ልምምዶቹን እንመልከት።

1. በቂ ጊዜን ማሳለፍ

በስራ የባከነ መሪ በስራው መካከል ለቤተሰቡ ጊዜን ሊሰጥ ይገባል። የሚቀጥሉትን ተተኪ መሪዎች ለማስነሳት ትኩረቱን በስራ መስኩ ብቻ ከመጣል

መለስ በማለት የመጀመሪያው እድል ያለው ከልጆቹ መካከል መሆኑን ማሰብ አለበት፡፡

2. የግንኙነትን መስመር መዘርጋት

ቴሌቪዥን የማይጮህባቸውና ጋዜጣ የማይነበብባቸው ምሽቶች ለቤተሰብ እጅግ አስፈላጊ ጊዜአቶች ናቸው፡፡ ልጆችም ሆኑ የትዳር ጓደኛ ሃሳባቸውን የሚገልጹበትና ሃሳብን የሚቀበሉበት የተረጋጋ ጊዜን መናፈቃቸው እሙን ነው፡፡

3. ልጆች ራሳቸውን እንዲሆኑ መፍቀድ

የልጆችን ማንነትና ዝናባሌ ለማወቅ ጊዜንና ትኩረትን መስጠት የግድ ነው፡፡ የልጆች ዝንባሌ የተለያየ መሆኑን ማወቅና ያንን እንዲከታተሉ ማደፋፈር እጅግ ጠቃሚ ነው፡፡ ልጆች ቤተሰባቸው የሚመኝላቸውን ሳይሆን የሚሳካላቸውንና ዝንባሌአቸውን እንዲከታተሉ ሊፈቀድላቸው ይገባል፡፡

ማህበራዊ ሕይወት

እውነተኛ አመራር የሚጀምረው አንድ ሰው ማእረግን አግኝቶ በአንድ ተቋም ውስጥ በበላይነት ሲሾም አይደለም፡፡ አንድ መሪ በሕብረተሰቡ መካከል ባለው የየእለት ኑሮ ታላቅ የሆነን የምሳሌነት ሚና መጫወት የሚችልበት መስክ አለው፡፡ ከሰፈርና ከመንደሩ ጀምሮ በተለያዩ የማህበራዊ ኑሮው በሚወስደው አካባቢ መልካም አርአያ ያለው መሪ መሆን ይችላል፡፡ ይህንን ሚና ለመጫወት ግን ከቅን ልቦና የመነጨ ፈቃደኝነት ሊኖር ይገባዋል፡፡ ለመንደርደሪያ ያህል የሚከተሉትን እውነታዎች እንመልከት፡፡

1. መልካም ዜግነት

መልካም ዜጋ ለሕብረተሰቡ፣ ለአካባቢውና ለአገሪቱ ሕግ ሃላፊነት የሚሰማውና የሚጠነቀቅ ሰው ነው፡፡ በማንኛውም መስክ የተሰማራ መሪ ይህንን ሃላፊነቱን በመወጣት በምሳሌ የመምራትን ምስጢር ያወቀና የሚተገብር ሰው ነው፡፡

2. መልካም ጉርብትና

የሚኖርበትን አካባቢ ሕብረተሰብ መደገፍና አካባቢን ለማሻሻል በሚደረግ ጥረት ውስጥ መሳተፍ የመልካም ጉርብትና ምልክት ነው፡፡ ጎረቤትን ማክበር፣ የአካባቢን ንጽህና መጠበቅ፣ የጸጥታና የሰላም ምንጭ መሆን፣ የአካባቢ አስተዳደር ህግጋትን በግል ተነሳሽነት ማክበር ከመሪ የሚጠበቅ መሰረታዊ ምሳሌነት ነው፡፡

3. የበጎ-ፈቃደኝነት ተሳተፎ

አሁን ያለንበት ዘመን፣ "በጎ-ፈቃደኝነት" የሚለው ሃሳብ እየመነመነ የመጣበት ዘመን ነው፡፡ ጥቅም ካላገኘ በስተቀር ምንም ነገር ለማድረግ የማይፈልግ የሕብረተሰብ ክፍል እየተበራከተ በመጣበት በዚህ ዘመን መሪ በአርአያነት ፈር-ቀዳጅ ቢሆን በሕብረተሰቡ መካከል ያለው ተጽእኖ የበዛ ይሆናል፡፡ የበጎ-ፈቃደኝነት ተሳትፎ የግል ጊዜን፣ የግል ገንዘብን ጉልበትንና የመሳሰሉትን ነገሮች ያስከፍላል፤ ውጤቱ ግን እጅግ አርኪ ነው፡፡

ማጠቃለያ

በአመራር ዙሪያ ያሉትን ጉዳዮች ይህችን በምታክል አናሳ መጽሐፍ ዘርዝሮ መጨረስ የማይታሰብ ነው። ሆኖም፣ የአመራር ተማሪ ለመሆን ራሱን ለሰጠ ሰው መሰረታዊና ወደ በለጠ ጥናት ሊያነሳሳው የሚችልን እውነት ጠቁሞ ማለፍ ይቻላል። በተለይም እንደ ኢትዮጵያ ባለች የብዙ አመታት ታሪክ፣ ወግና ባህል በሞላባት አገር ውስጥ በአለም አቀፍ እይታ ይሰራል የተባለን አንድ የአመራር ንድፈ-ሃሳብ በቀጥታ ተግባራዊ ለማድረግ አስቸጋሪ ሊሆን ይችላል።

በሃገራችን ውስጥ አንዳንድ ለአመራር የማይመቹ ውስብስብ የሆኑ ማህበራዊ ልማዶችና አመለካከቶች እንዳሉ መጥቀሱ እውነትን መስማት የሚወድን አንባቢ ቅር ያሰኛል ብዬ አላምንም። የቀጥተኛነት ባህል ባልዳበረበት አካባቢ ቀጥተኛን አመራር መስጠት ሊያስቸግር ይችላል። በብዙ ውጣ ውረድ ሳለፈና፣ "ምን ችግር ያስከትልብኝ ይሆን?" ከሚል የመነሻ ሃስብ ምላሽን የሚሰጥ ህብረተሰብ በሞላበት አካባቢ የቀጥተኛነትን ባህል ለማስፋፋትና የአመራርን መርሆች ከዚያ አንጻር መቃኘት ከመሪው ይጠበቃል።

በአንጻሩ ስናየው ደግሞ በሕብረተሰባችን መካከል በርካታ የሆኑ በምእራቡም ሆነ በሌሎች "ባደጉ" አገሮች የማናገኛቸው ጠቃሚ ባህሎችና አመለካከቶች አሉን። እነዚህን አመለካከቶች ለአመራር ስኬታማነት መጠቀም ሌላው መሪው ሊያስብበት የሚገባ ጉዳይ ነው። በብዙ ቋንቋና ባህል ያሸበረቁ የተለያዩ ብሔሮች በአንድነት ሆነው እንደ አንድ ህዝብ የመኖራቸውን ውበት ስናስበው ብርታትን እንጂ ድካምን የሚያሳይ አይደለም።

ስኬታማ አመራር በአንድ ቀን የሚመጣ አይደለም፤ ቀስ በቀስ የሚያድግ እንጂ። በአመራር ብቃትም በስዩ ጨርሻለሁ የሚልም ሰው በአለም ላይ ይገኛል ተብሎ አይታመንም። በአመራር ማደግ የማያልቅ ጉዞ ነው። ይህ እንዲሆን የአመራር ተማሪ መሆን አማራጭ የለውም። መሪ ሁል ጊዜ የሚቀጥለውን የእድገት ደረጃ ሊናፍቅ ይገባዋል። ለዚህም ነው አመራር "ጥበብ" ነው የሚባለው። እንደመሪው፣ እንደተመሪዎቹና እንደ እለቱ ሁኔታ በየእለቱ "የሚፈለሰፍና" የሚተገበር ጥበብ!

መሪ በእጁ የገባውን አንድ ተግባር ወደ ፍጻሜ የማድረስ ተልእኮ ያለው ሰው ነው። ይህ እንዲሆን በጥቂት እውቀትና ስኬት ሳይረኩ ወደ ፊት መቀጠል አስፈላጊ ነው።

"በዚህ ምድር ላይ ያለህ ተልእኮ ያለመፈጸሙ ምልክት ይህ ነው - በህይወት ካለህ፣ አልተፈጸመም!" - Richard Bach

መልካም የመሪነት ዘመን!

References

1. Barna, G. (1982). Leaders On Leadershop. Regak Books, Ventura, CA.
2. Big Dog Little dog's Performance Jusxtapossition, (n.d.). Communication & Leadership. [On-line]. Available: http://www. nwlink.com/~Donclark/leader/leadcom.html
3. Colbert, D. (2007). The Seven Pillars of Health. Siloam, Lake Marry, FL.
4. DePree, M. (1989). Leadership is an Art. Dell Publishing, New York, NY.
5. Fresh Business Thinking, (February 24, 2010). Let Mr. Pareto Be Your Coach In 2010! [On-line]. Available: http://www. freshbusinessthinking.com/business_advice.php?AID=4758&Titl e=Let+Mr.+Pareto+Be+Your+Coach+In+2010%21
6. Hersey, P. and Blanchard, K. (1993). Management of Organizational Behavior. Prentice-Hall, Inc. Englewood Clifffs, NJ.
7. Hybels, B. (2002). Courageous Leadership. Zondervan, Grand Rapids, MI.
8. Lazarus, R. (1980). Organizational Psychology. Prentice Hall, Englewood Cliff, NJ.
9. Maxwell, J. (1993). Developing the Leader Within You. Thomas Nelson Publishers. Nashville, TN.
10. Maxwell, J. (1995). Developing the Leaders Around You. Thomas Nelson Publishers. Nashville, TN
11. Maxwell, J. (2000). Failing Forward. Thomas Nelson, Nashville, TN.
12. Maxwell, J. (2001). Laws of Teamwork. Thomas Nelson Publishers. Nashville, TN
13. Maxwell, J. (2002). Leadership 101. Thomas Nelson Publishers. Nashville, TN

14. Mayo Clinic, (n.d). Excersise: 7 Benefits of Regular Physical Acticity. [On-line]. Available: (http://www.mayoclinic.com/health/exercise/hq01676
15. Northhouse, P. (1997). Leadership. SAGE Publications, Thousand Oaks, CA.
16. Rost, J. C. (1991). Leadership for the twenty-First Century. Praeger Publishers. Westport, CT.
17. Tubbs, S. (1992). A System Approach to Small Group Interaction. McGraw-Hill, Inc. New York, NY.
18. Wikipedia, (n.d). The Coca-Cola Company. [On-line]. Available: (http://en.wikipedia.org/wiki/The_Coca-Cola_Company
19. Yaverbaum, E. and Sherman, E. (2008). The Everything Leadership Book. Adams Media, Avon, MA.